AF091609

மார்க்கெட்டிங் பஞ்ச மாபாதகங்கள்

சதீஷ் கிருஷ்ணமூர்த்தி

அமெரிக்காவில் டெம்பிள் யூனிவர்சிடியில் எம்.பி.ஏ. படித்தவர். கவின்கேர், கிரிக்கின்ஃபோ, ரிலையன்ஸ் போன்ற நிறுவனங்களில் மார்க்கெட்டிங் துறையில் முன்னணிப் பதவிகளை வகித்தவர். மெக்கேன் எரிக்ஸன், முத்ரா போன்ற விளம்பர நிறுவனங்களில் மேலாளராகப் பணி புரிந்தவர். தற்போது சிறிய மற்றும் நடுத்தர நிறுவனங்களுக்கு (Small and Medium Scale Enterprises) மார்க்கெட்டிங் ஆலோசகராக இருக்கிறார். அத்துடன் பிரபல நிர்வாகவியல் கல்லூரிகள், தொழிற்துறை சங்கங்கள் மற்றும் கம்பெனிகளில் மார்க்கெட்டிங் துறையில் பாடங்களும் பயிற்சி வகுப்புகளும் நடத்துகிறார்.

மார்க்கெட்டிங் பஞ்ச மாபாதகங்கள்

சதீஷ் கிருஷ்ணமூர்த்தி

கிழக்கு

மார்க்கெட்டிங் பஞ்ச மாபாதகங்கள்
Marketing Pancha Maapathagangal
by *Satheesh Krishnamurthy* ©

First Edition: December 2012
144 Pages

ISBN: 978-81-8493-762-6
Title No. Kizhakku 716

Kizhakku Pathippagam
177/103, First Floor,
Ambal's Building, Lloyds Road,
Royapettah, Chennai 600 014.
Ph: +91-44-4200-9601

Email : support@nhm.in
Website : www.nhm.in

Author's Email: authorsatheesh@gmail.com

Kizhakku Pathippagam is an imprint of New Horizon Media Private Limited

This book is sold subject to the condition that it shall not, by way of trade or otherwise, be lent, resold, hired out, or otherwise circulated without the publisher's prior written consent in any form of binding or cover other than that in which it is published and without a similar condition including this the rights under copyright reserved above, no part of this publication may be reproduced, stored in or introduced into a retrieval system, or transmitted in any form or by any means (electronic, mechanical, photocopying, recording or otherwise), without the prior written permission of both the copyright owner and the above-mentioned publisher of this book.

சமர்ப்பணம்

இசைஞானி இளையராஜா
என் மனதை வருடுவதற்கு.
அதை தினமும் திருடுவதற்கு!

உள்ளே

முன்னுரை	/	09
1. மார்க்கெட்டிங்கின் இன்றைய நிலைமை	/	13
2. பாவம் சார் நீங்கள்!	/	26
3. சந்தைப் போக்கில் 'சறுக்கல்'	/	30
4. பொசிஷனிங்கில் 'சொதப்பல்'	/	50
5. ப்ராண்ட் எக்ஸ்டென்ஷன் 'உளறல்'	/	71
6. போட்டியாளர்களிடம் 'பேத்தல்'	/	91
7. ப்ராண்ட் வளர்ப்பில் 'வழுக்கல்'	/	116
8. பாவ விமோசனம் பெறலாம்!	/	136
9. கடைசிப் பக்கம்	/	142

முன்னுரை

டிவிஎஸ் ஸ்பெக்ட்ரா
ஹீரோ ஹோண்டா ஸ்ட்ரீட்
ஃபியட் பேலியோ
நெஸ்லே மைலோ
மீரா சோப்
பாபா திரைப்படம்
வர்ஜின் மொபைல்
கேப்டன் டீவி
அக்வா ஃப்ரெஷ் டூத்பேஸ்ட்
கிங்ஃபிஷர் ஏர்லைன்ஸ்
ஹார்லிக்ஸ் பிஸ்கெட்
கர்ட் ரைஸ்
சிக் முகப்பவுடர்
ரெக்ஸோனா டியோடரண்ட்

இதென்ன, மளிகை சாமான் லிஸ்ட் போல ப்ராண்ட் வரிசை?

இவை அனைத்தும் காற்றுவாக்கில் அறிமுகப் படுத்தப்பட்டு, காலப்போக்கில் நீற்றுப்போய், சந்தையில் தோற்றுப்போன ப்ராண்டுகள். இது ஜஸ்ட் ஒரு சாம்பிள்தான். வெற்றிகரமாகத் தோற்றுப்போய், மெகா சைஸில் ஃப்ளாப் ஆகி, அமோகமாக திவாலான ப்ராண்டுகளின் லிஸ்டைப் போட ஆரம்பித்தால் அதற்கென்று தனியாக ஒரு

புத்தகமே போடவேண்டும். இன்னும் சொல்லப்போனால் ஒரு புத்தகக் கடையே போடவேண்டியிருக்கும்.

இத்தனை ப்ராண்டுகள் தோற்றுப் போனது ஏன்? இத்தனைக்கும் இவற்றை அறிமுகப்படுத்திய கம்பெனிகளில் பல, பன்னாட்டு நிறுவனங்கள். மற்றவை, பெருமதிப்புக்குரிய இந்திய கம்பெனிகள். அதில் உள்ளவர்கள் லேசுப்பட்ட ஆட்கள் அல்லர். பிரபல கல்லூரிகளில் எம்.பி.ஏ படித்து, நிர்வாகத் துறையில் ஏகத் துக்கும் தடித்து, பழம் தின்று கொட்டை போட்ட பிரகிருதிகள்.

கொட்டை போட்டவர்கள் எப்படிக் கோட்டை விட்டார்கள்?

அந்தக் காரணங்களை அறிந்துகொள்ளவே இந்தப் புத்தகம். அந்தத் தோல்விகளின் ரகசியங்களைத் தெரிந்துகொள்ளவே இந்த முயற்சி. தவறுகள் எவ்வாறு நடந்தன என்பதைப் புரிந்து கொள்ளவே இந்த ஆராய்ச்சி.

வெற்றி பெற்றவர்களின் கதைகளைப் படித்தாலாவது புண்ணியம். சக்ஸஸான ப்ராண்டுகளை அறிந்தாலாவது விமோசனம். தோற்றுப்போன ப்ராண்டுகளை எதற்குத் தெரிந்துகொள்ள வேண்டும்? மண்ணைக் கவ்விய ப்ராண்டுகளைக் கட்டிக் கொண்டு எதற்கு மன்றாடவேண்டும்? இப்படி நீங்கள் கேட்டால் அது புரிந்துக்கொள்ளக் கூடியதே.

வெற்றியின் ரகசியங்களை அறிந்துகொள்வது எவ்வளவு முக்கியமோ, அவ்வளவு முக்கியம், தோல்வியின் காரணங் களைத் தெரிந்துகொள்வதும். வெற்றி பெற்ற ப்ராண்டின் கதை களை அலசி நிறைய எழுதிவிட்டார்கள். அவற்றைப் படித்து வெற்றியின் ரகசியங்களைத் தெரிந்துகொண்டிருப்பீர்கள். சந்தையில் நம் ப்ராண்டுகள் தோற்காமல் இருக்கவேண்டிய வழிமுறைகளையும் புரிந்துகொள்ள வேண்டாமா? அவையும் அவசியம் அல்லவா?

எப்படி வாழவேண்டும் என்று நமக்கு கற்றுத் தர ராமாயணம். எப்படி வாழக்கூடாது என்று நமக்குச் சொல்லித் தர மகாபாரதம். இரண்டையும் படிக்கிறோம் அல்லவா? படிக்கவேண்டும் அல்லவா?

இப்புத்தகம் தோல்வி அடைந்த ப்ராண்டுகளின் அணி வகுப்பு அல்ல. தோல்விகளின் காரணங்களைத் தெரிந்து கொள்ள

நடத்தப்படும் தனி வகுப்பு! தவறுக்கான காரணங்களின் தொகுப்பு.

தோல்வியடைந்த நூற்றுக்கணக்கான ப்ராண்டுகளை அலசி ஆராய்ந்தபோது எனக்கு ஒன்று தெளிவாகப் புரிந்தது. ஒன்றல்ல; சரியாகச் சொல்லவேண்டும் என்றால் ஐந்து புரிந்தது! ப்ராண்ட் அடையும் தோல்விகளை ஐந்து காரணங்களால் அளந்து விடலாம் என்பதுதான் அது. அதாவது மார்க்கெட்டிங்கில் செய்யப்படும் ஐந்து தவறுகள், ப்ராண்ட் விற்பனையை ஏகத்துக்கும் தாக்குகின்றன. அந்த ஐம்பெரும் தவறுகளைத்தான் அறிமுகப்படுத்தப் போகிறேன் இப்புத்தகத்தில்.

'மார்க்கெட்டிங் பஞ்சமா பாதகங்கள்!'

வாழ்கையில்தான் வரைமுறை இல்லாமல், வஞ்சனை இல்லாமல் நாம் பஞ்சமா பாதகங்களை வாஞ்சையுடன் செய்துவருகிறோம். அட்லீஸ்ட் நம் ப்ராண்டுகளையாவது விட்டு வைப்போமே. நம் பிசினஸிலாவது இந்தத் தவறுகளைச் செய்யாமல் இருக்கக் கற்றுக்கொள்வோமே.

'சரி, இந்தப் புத்தகத்தை வாங்கித் தொலைக்கிறேன், நீர் சொல்லும் மார்க்கெட்டிங் பஞ்சமா பாதகங்களைச் செய்யாமல் இருக்கிறேன், எனக்கு வெற்றி காரண்டியா?' என்று நீங்கள் கேட்டால் என் பதில்: 'வெற்றி பெறுவீர்களா என்று தெரியாது. ஆனால் தோல்வி அடைய மாட்டீர்கள்.'

வண்டியை வேகமாக ஓட்டாதே, விபத்து நடக்க வாய்ப்பிருக் கிறது என்று சொன்னால், வண்டியை மெதுவாக ஒட்டினால் விபத்து நடக்கவே நடக்காதா என்று கேட்டால் என்ன சொல்வது? வண்டியை மெதுவாக ஒட்டினால் விபத்து நடக்கும் சாத்தியக்கூறுகள் குறைவு என்று வேண்டுமானால் சொல்லலாம்.

இப்புத்தகத்தில் கூறப்பட்டிருக்கும் தவறுகளைச் செய்யாமல் இருந்தால், தோல்விக்கான வாய்ப்பு குறைவு என்று வேண்டு மானால் சொல்லலாம். ஆனால் ஒன்று. இத்தவறுகளைச் செய்தால் மார்க்கெட்டிங்கில் தோல்வி நிச்சயம். இதை ஆணித் தரமாகச் சொல்லலாம்.

சொல்வதைச் சொல்லிவிட்டேன். இனிச் சொல்லவேண்டியதை நீங்களே படிக்கப் போகிறீர்கள். புத்தகக் கடையில்

முன்னுரையை மட்டும் படித்துவிட்டு இப்புத்தகத்தைக் கீழே வைத்துவிட்டுப் போக மாட்டீர்கள் என்கிற தைரியத்தில்...

'இல்லை! இப்புத்தகத்தை வாங்கப் போவதில்லை' என்று நீங்கள் முடிவு செய்தால் அது பஞ்சமா பாதகங்களைவிட மிகப் பெரிய பாவம்!

அந்தப் பாவத்தைச் செய்ய மாட்டீர்கள் என்கிற நம்பிக்கையுடன்!

சதீஷ் கிருஷ்ணமூர்த்தி

1

மார்க்கெட்டிங்கின் இன்றைய நிலைமை

இப்போதுதெல்லாம் மார்க்கெட்டிங் ரொம்பவே சிரமத்தில் இருக்கிறது. மார்க்கெட்டிங் சித்தாந்தத்தைச் சொல்லவில்லை. அது நல்ல போஷாக்குடன் படு சௌக்கியமாகத்தான் இருக்கிறது. மார்க்கெட்டிங் என்கிற வெற்றி ஈட்டித் தரும் சித்தாந்தத்தின் கையாளுதல்தான் கவலைக்கிடமாகக் கிடக்கிறது.

யோசித்துப் பாருங்கள். நம் நாட்டில் ஒவ்வொரு வருடமும் நூற்றுக்கணக்கான புதிய ப்ராண்டுகள் அறிமுகப்படுத்தப்படுகின்றன. அதில் வெற்றி பெறுபவை ஐந்து சதவீதத்துக்கும் குறைவே. புதிய ப்ராண்டுகளை அறிமுகப்படுத்தி அவை அல்பாயுசில் அகால மரணம் அடைவதால் கம்பெனிகளுக்கு எக்கச்சக்க நஷ்டம். ஏகப்பட்ட தலைவலி. இன்று மார்க்கெட்டிங் கையாளப்படுவதின் லட்சணம் இதுவே.

அதெப்படி தோல்வியைச் சகட்டுமேனிக்கு மார்க்கெட்டிங் தலையில் மட்டுமே கட்டுவது? இது அழுகுணி ஆட்டம் என்கிறீர்களா? சரி,

கொஞ்சத்துக்குக் கொஞ்சம் தயாரிப்பில் குறை என்று வைத்துக்கொள்வோம். மீதிப் பழியை யார்மீது திணிப்பது? வேறு யார்மீது? சாட்சாத் மார்க்கெட்டிங் மீதுதான்!

இது ஆனாலும் ஓவர் என்கிறீர்களா? என்ன சொல்லப் போகிறீர்கள்? பொருளை வடிவமைப்பதில் தவறு நிகழ்ந்திருக் கலாம் என்பீர்கள். ப்ராண்ட் விலை ஒரு வேளை வில்லத்தனம் செய்ததோ என்று வியாக்கியானம் செய்வீர்கள். ப்ராண்டின் பேக்கேஜிங்கில் பேஜாரோ என்று பேசுவீர்கள். ப்ராண்ட் டிஸ்ட்ரிப்யூஷனில் ப்ராப்ளம் இருந்திருக்கலாம் என்று யோசிப்பீர்கள். இல்லை, ப்ராண்டின் விளம்பரத்தில் வில்லங்கமோ என்று விளக்க முயற்சிப்பீர்கள்.

இதில் ஏதாவது ஒன்றினால் ப்ராண்ட் தோற்றிருக்கலாம் என்று வைத்துக்கொண்டால்கூட இத்தனைக்கும் யார் பொறுப்பு? மார்க்கெட்டிங்தானே. மார்க்கெட்டிங்கின் கட்டுப்பாட்டில் வருவதுதானே மேலே கூறிய எல்லாமே. அதைத்தான் சொல் கிறேன், அதனால்தான் சொல்கிறேன். மார்க்கெட்டிங் கையாளுதல் இன்று கவலைக்கிடமாகக் கிடக்கிறது என்று!

மார்க்கெட்டிங்மீது பாய்வதற்குள், மார்க்கெட்டிங் பஞ்சமா பாதகங்களைப் பார்ப்பதற்குள், மார்க்கெட்டிங்கையே ஒரு முறை 'சரி பார்ப்பது'தான் முறை. இன்னமும் சொல்லப் போனால் 'சரியாய்ப் பார்ப்பது'தான் முறை.

மார்க்கெட்டிங் என்றால் என்ன என்பதிலேயே பலருக்கும் பலவிதச் சிக்கல். மார்க்கெட்டிங் என்றால் 'விற்பனை' என்றுதான் பலரும் இன்னமும் எண்ணுகின்றனர். சாமானியரை விடுங்கள். அவர்கள் அப்படி நினைப்பதில் தவறில்லை. ஆனால் மார்க்கெட்டிங் விற்பன்னர்களிலேயே பலரும் இன்னமும் அப்படித்தான் எண்ணி வருகின்றனர்.

நீங்கள் அப்படி நினைக்கும் கூட்டத்தைச் சேர்ந்தவர் எனில் முதலில் அந்த எண்ணத்தை விட்டொழித்துத் தலை முழுகுங்கள். ஏனெனில் மார்க்கெட்டிங்கின் ஆதார நோக்கமே சேல்ஸைத் தேவையற்றதாக ஆக்குவதுதான். இதை நான் சொல்லவில்லை. பீட்டர் டிரக்கர் என்னும் நிர்வாகவியல் ராஜகுரு பல வருடங் களுக்கு முன்னமேயே சொல்லிவிட்டுப் போய்விட்டார். அந்த வெள்ளைக்கார ஜாம்பவான் கலர்ஃபுல்லாகச் சொன்னதை,

இதோ, பச்சைத் தமிழர்களுக்குக் கருப்பு வெள்ளையில் நான் தருகிறேன்.

‘சிலர், சேல்ஸ் என்பது தேவையான ஒன்று என்று நினைக்கலாம். ஆனால் மார்க்கெட்டிங்கின் குறிக்கோளே சேல்ஸைத் தேவை யற்றதாக ஆக்குவதுதான். வாடிக்கையாளரின் தேவை அறிந்து அதற்கேற்ற பொருள்களைத் திறம்படச் செய்து அதனால் அவராகவே நம் பொருள்களை வலிய வந்து வாங்கச் செய்வது தான் மார்க்கெட்டிங்கின் குறிக்கோள். அதைச் செய்துவிட்டால், பிறகு நாம் செய்ய வேண்டியதெல்லாம் அந்த பொருளைத் தயாரித்து, தாராளமாகச் சந்தையில் கிடைக்கச் செய்வது மட்டுமே.’

ஓர் உதாரணம் கொண்டு இதைப் பார்ப்போம். ‘கோல்ட் ப்ஃளேக் கிங்ஸ் சிகரெட்’ பிடிப்பவர் பெட்டிக் கடைக்குச் செல்கிறார், தன் செல்ல ப்ராண்டை வாங்கி உதட்டோடு உறவாட. கடைக்காரர் ‘கிங்ஸ் இல்ல சார்’ என்று சொல்கிறார் என்று வைத்துக் கொள்வோம். வந்தவர், ‘சரி நல்ல புகை வருகிறமாதிரி வேறு ஏதாவது சிகரெட் இருந்தாக் கொடுங்க’ என்றா சொல்லுவார்? ம்ஹூம். அந்தப் புலி பசித்தாலும் வேறு புல்லைத் தின்னாது. மற்ற கடைகளுக்குத் தேடிச் சென்று தன் ஆஸ்தான சிகரெட்டை வாங்கித்தான் பற்ற வைத்துக்கொள்ளும்.

அப்படிப் பார்த்தால் கோல்ட் ஃப்ளேக் கிங்ஸ், ஒரு மார்க்கெட்டிங் சக்சஸ்தானே. அந்த ப்ராண்டைத் தயாரிக்கும் ஐடிசி நிறுவனம் இன்று செய்வதெல்லாம் ஒன்றுதான். அந்த ப்ராண்டை வேண்டிய மட்டும் தயாரித்து, பட்டி தொட்டி எங்கும் அதை விநியோகம் செய்வது. இதில் சேல்ஸ் எங்கிருந்து வந்தது? ஐடிசி சேல்ஸ்மேன் ஒருவேளை ஒரு கடைக்கு சப்ளை செய்ய மறந்துவிட்டால்கூட, அந்தக் கடைக்காரர் தானே பஜாருக்குச் சென்று கோல்ட் ஃப்ளேக் கிங்ஸை வாங்கி வந்து விற்பார். ஏனெனில் அவருக்குத் தெரியும் தன் கடை தேடி வரும் புலிகள் கோல்ட் ஃப்ளேக் கிங்ஸ் இல்லை என்று தெரிந்தால் அடுத்த காட்டுக்குச் சென்றுவிடும் என்று!

அதாவது இங்கே சேல்ஸை தேவையற்றதாகச் செய்துவிட்டது மார்க்கெட்டிங்!

சிகரெட் என்பது ஒரு லாகிரி வஸ்து. இதைப் போய் உதாரண மாகச் சொல்வதா என்று நீங்கள் நினைத்தால், இதோ இன்னொரு

உதாரணம். 'ஃபேர் அண்ட் லவ்லி'யை எடுத்துக்கொள்வோம். இரு வாரங்கள் தொடர்ந்து தேய்த்தால் சிவப்பாய்ச் சிக்கென்று தெரிவீர்கள் என்று அதைத் தயாரிக்கும் இந்துஸ்தான் யூனிலீவர் நிறுவனம் சொன்னாலும் சொன்னது. தமிழ் கூறும் நல்லுகப் பெண்மணிகள் அதை வாங்கி ஏதோ அம்மனுக்கு நேர்ந்து கொண்டு, மஞ்சள் தேய்த்துக் குளிப்பதுபோல் தேய் தேய் என்று தேய்த்து இன்று ஃபேர் அண்ட் லவ்லியின் விற்பனை சுமார் ஆயிரம் கோடி ரூபாய். இதுவும் மார்க்கெட்டிங் சக்சஸ்தானே.

சிவப்பழகுக் கனவில் வரும் பெண்மணி கடைக்காரரிடம் ஃபேர் அண்ட் லவ்லியைக் கேட்க, ஒருவேளை கடைக்காரர் இல்லை என்று சொல்கிறார் என்று வைத்துக்கொள்வோம். உடனே அப்பெண்மணி 'அடடா, பளிச்சென்று ஆகலாம்னு வந்தேன், சரி, முகத்தில போட்டுக்க நல்ல ப்ளீச்சிங் பவுடர் இருந்தாக் கொடுங்க' என்றா கேட்பார்? இல்லை, வேறு ஃபேர்னஸ் க்ரீமைத்தான் கேட்பாரா? தெருத் தெருவாக வெயிலில் அலைந்து இன்னமும் கருத்துப்போனாலும் பரவாயில்லை என்று கடை கடையாகத் தேடித் திரிந்து தனக்கு வேண்டிய ஃபேர் அண்ட் லவ்லியை வாங்குவாரே ஒழிய, ஓய மாட்டார். வேறு ப்ராண்டை வாங்க மாட்டார்.

இதுவும் மார்க்கெட்டிங்கின் வெற்றிதானே. இதிலும் சேல்ஸ் எங்கிருந்து வந்தது? இந்துஸ்தான் லீவர் இன்று செய்வ தெல்லாம் என்ன? கிலோ கணக்கில் ஃபேர் அண்ட் லவ்லியைத் தயாரித்து அதை எல்லாக் கடைகளிலும் கிடைக்குமாறு செய்வது தானே. அதாவது, இங்கும் மார்க்கெட்டிங், சேல்ஸைத் தேவையில்லாமல் ஆக்கிவிட்டது. ட்ரக்கர் சொன்னதுபோல.

ஆக, மார்க்கெட்டிங் என்பது சேல்ஸ் அல்ல என்பதை முதலில் புரிந்துகொள்ளுங்கள். பல கம்பெனிகள் இன்னமும் தங்கள் சேல்ஸ்மேனை மார்க்கெட்டிங் எக்ஸிக்யூடிவ் என்றே அழைக் கின்றனர். அது மகா பாவம். மகாத்மா காந்தியை, நாதுராம் கோட்சே என்று அழைப்பதுபோல! இதைக் கடைசி அத்தியாத்தில் அலசுவோம்.

சரி விஷயத்துக்கு வருவோம். மார்க்கெட்டிங் என்றால் என்ன? 'மார்க்கெட்டிங் என்பது பொருட்களை விற்கப் பயன்படும் உத்தி' என்று பொதுவாகக் கூறுபவர்கள் உண்டு. அப்படி ஒரே

வரியில் எளிதாக விளக்கக்கூடியது அல்ல மார்க்கெட்டிங். அப்படிக் கூறுவதால் விளங்கக்கூடியதும் அல்ல மார்க்கெட்டிங்.

மார்க்கெட்டிங் என்பது ஒரு ஒரு செயல்முறை. ஒரு பிராசஸ். 'உங்கள் வாடிக்கையாளரைத் தெரிந்து, அறிந்து, புரிந்து, அவர் தேவைகளை மற்ற போட்டியாளர்களைவிடச் சிறந்த முறையில் பூர்த்தி செய்து, அவரை மகிழ்விக்கும் செயல்முறைதான் மார்க்கெட்டிங்.' ஐடிசி, கோல்ட் ஃப்ளேக் கிங்ஸை உருவாக்கி வெற்றி கண்டதைப்போல. இந்துஸ்தான் யூனிலீவர், ஃபேர் அண்ட் லவ்லியைச் செய்து கோடி கோடியாகக் குவித்ததைப் போல.

இந்த சப்ஜெக்டின் சாரம்சத்தை எல்லாம் சப்ஜாடாக நான் 'மார்க்கெட்டிங் மாயாஜாலம்' என்கிற என் புத்தகத்தில் விளக்கியிருக்கிறேன்.

இதற்கெதற்கு ஒரு தனிப் புத்தகம்; எதற்கு இத்தனை பீடிகை என்று நினைப்போர் இருக்கலாம். 'மார்க்கெட்டிங் என்பது ரொம்ப சிம்பிள். நல்ல பொருளைச் செய்வது. செய்த பொருளை விற்பது. இவ்வளவுதானே' என்று நினைக்கும் பட்டியலில் நீங்களும் இருந்தால் கவனமாக மேலே படிக்கவும்.

ஒன்றைப் புரிந்துகொள்ளுங்கள். மார்க்கெட்டிங் என்பது பொருள்களைப் பற்றியதே அல்ல. நீங்கள் விற்பது பொருளாக இருக்கலாம். ஆனால் வாடிக்கையாளர், பொருள்களை வாங்குவ தில்லை. அவர் வாங்குவது ஒரு 'வேல்யூவை'.

புரிகிறமாதிரிச் சொல்கிறேன். வாடிக்கையாளர் பல்பை வாங்குவதில்லை. வெளிச்சத்தை வாங்குகிறார். புரிகிறாதா?

சரி, முதலிலிருந்து விளையாடுவோம். வாடிக்கையாளர் வீட்டில் பல்ப் ப்யூஸ் ஆகிவிடுகிறது. அவர் கடைக்கு வந்து 'பல்பு ஒன்று கொடுப்பா' என்று கேட்கிறார். அதாவது அவர் வீட்டில் வெளிச்சம் இல்லை, அதற்காக பல்பு வேண்டும் என்று கேட்கிறார். ஒரு வேளை ஃபேனிலேயே வெளிச்சம் வரும் வசதியும் வருகிறது என்று வைத்துக்கொள்வோம். அந்த ஃபேனைத்தான் அவர் நாடுவாரே ஒழிய தனியாக பல்பை வாங்க மாட்டார். ஏன்? அதான் ஃபேனிலேயே வெளிச்சம் வந்து விடுகிறதே. அப்புறம் எதற்குத் தனியாக பல்பு?

அதைத்தான் சொல்கிறேன். நாம் வாடிக்கையாளருக்கு விற்பது ஒரு பொருளை அல்ல; அவர் தேவையைப் பூர்த்தி செய்யும் ஒரு வேல்யூவை. ஒரு பயனை.

இப்படிப் பார்ப்பதால் என்ன பிரயோஜனம் என்று சிலர் கேட்கலாம். நீங்கள் விற்பது ஒரு பொருள் என்று நினைக்கும் போதுதான் மார்க்கெட்டிங்கில் மிஸ்டேக்கே ஆரம்பமாகிறது. அதனால்தான் இன்னமும் பலர் மார்க்கெட்டிங்கை 'சேல்ஸ்' என்றே எண்ணி வருகின்றனர். அதன் காரணமாகவே, இவர்கள் அனைவரும் மார்க்கெட்டிங் என்றால் இரண்டு படிகள் கொண்டது என்று கருதுகின்றனர். அதாவது, பொருளைச் செய்வது; செய்த பொருளை விற்பது. இந்த இரண்டே படிகளைத்தான் மார்க்கெட்டிங் என்று பலரும் முடிவு செய்து விட்டனர்.

இது எப்பேற்பட்ட முட்டாள்தனம்! இதனால் விளையும் அவஸ்தைகளை 'ஹோண்டா' கம்பெனி அறிமுகப்படுத்திய 'ஸ்ட்ரீட்' என்கிற ப்ராண்டைப் பார்த்துத் தெரிந்துகொள்வோம்.

சுமார் பத்து வருடங்களுக்குமுன் ஹீரோ ஹோண்டா, ஸ்ட்ரீட் என்ற ப்ராண்டை அறிமுகப்படுத்தியது உங்களுக்கு நினைவிருக் கலாம். கியர் இல்லாத பைக்குகள் என்று விளம்பரப்படுத்தப் பட்டதே, அதே ப்ராண்ட்தான். ஹோண்டாவுக்குக் கைகால் கொள்ளவில்லை. 'ஆஹா, இதனால் சகலருக்கும் அறிவிப்பது என்னவென்றால், எங்களின் அபரிமிதமான டெக்னாலஜி திறன் கொண்டு, கியரே இல்லாத பைக்குகளை உங்களுக்கு வழங்கு கிறோம். வாருங்கள், இதை வாங்கி ஜென்ம சாபல்யம் அடையுங்கள்' என்று ஊர் எங்கும் விளம்பர தண்டோரா போட்டார்கள். அதுவும் சாதாரண தண்டோரா இல்லை. கோடிக் கணக்கில் விளம்பரத்துக்குப் பணம் செலவழித்து அத்தனை பேர் காது ஜவ்வு கிழியும்வரை கரடியாகக் கத்தினார்கள்.

என்ன ஆனது? ஒன்றும் ஆகவில்லை. 'கியர் இல்லாத உங்கள் பைக்குகளை நீங்களே ஓட்டிக்கொண்டு போங்கள்' என்று வாடிக்கையாளர்கள் அந்த ப்ராண்ட் இருந்த பக்கமே போக வில்லை. அப்புறம் என்ன. அந்த ப்ராண்ட் டாப் கியரில் எகிறி, தோல்வி பாதாளத்தில் தொபுக்கடீர் என்று விழுந்து, ஹோண்டா கம்பெனி அதற்கு எள்ளும் தண்ணீரும் விட்டு திவசம் செய்தது தான் மிச்சம்.

மார்க்கெட்டிங் என்பது பொருளைப் பற்றியது; அதைச் செய்வது முதல் படி, செய்ததை விற்பது இரண்டாவது படி என்று நினைத்த தால் அடைந்த தோல்வி அது. அப்படி நினைப்பதால்தான், தாங்கள் அளிக்கும் பொருள் வாடிக்கையாளர்களுக்குப் பயன்படுமா, அது அவர்களுக்குத் தேவையானதுதானா என்று யோசிக்க மார்க்கெட்டர்கள் மறந்துவிடுகிறார்கள். தோல்வி அடைகிறார்கள். ஹோண்டா பட்டுக்கொண்டதைப்போல.

மார்க்கெட்டிங் என்பது வாடிக்கையாளர்களுக்கு ஒரு 'வேல்யூ' கொடுப்பது என்ற கண்ணோட்டத்தில் பார்க்கும்போது அதற்கு மூன்று படிகள் உண்டு என்பது நிதர்சனமாகப் புரியும்.

முதல் படி: வேல்யூவைத் தேர்ந்தெடுப்பது.

இரண்டாவது படி: வேல்யூவை வடிவமைப்பது.

மூன்றாவது படி: வேல்யூவை வழங்குவது.

இதைத்தான் மார்க்கெட்டிங் வல்லுனர்கள் 'தி நியூ மார்க்கெட்டிங் பாரடைம்' (The New Marketing Paradigm) என்று அழைக் கின்றனர். அதாவது மார்க்கெட்டிங்கின் புதிய வடிவமைப்பு. சக்ஸஸான ப்ராண்டுகளை அலசும்போது அதை அறிமுகப் படுத்திய கம்பெனிகள் மார்க்கெட்டிங்கை இந்தக் கோணத்தில் அணுகியிருப்பது உங்களுக்குப் புரியவரும். இதைச் சற்றே விவரமாகப் பார்ப்போம்.

முதல் படி: வேல்யூவைத் தேர்ந்தெடுப்பது

மார்க்கெட்டிங்கின் முதல் படி வாடிக்கையாளருக்கு என்ன வேல்யூவை வழங்குவது என்பதைத் தேர்ந்தெடுப்பது. எடுத்தோம் கவிழ்த்தோம் என்று ஒரு பொருளைத் தயாரிக்காமல் எந்த வேல்யூவைக் கொடுத்தால் அது வாடிக்கையாளருக்குப் பயன்படும் என்பதை முதலில் தெரிந்துகொள்ளவேண்டும். இதைச் செய்ய நமக்குத் தேவை மூன்று விஷயங்கள். வகைப் படுத்துதல், குறி வைத்தல், இடம் பிடித்தல். அதாவது Segmentation, Targeting, Positioning (STP). இவை என்ன என்பதையும் இவற்றை எவ்வாறு கையாளவேண்டும் என்பதை யும் பார்ப்போம்.

மார்க்கெட் என்பது பலதரப்பட்ட, பலவகையான வாடிக்கை யாளர்களால் ஆன ஒரு சங்கமம். அவர்களின் தேவைகள்,

குணாதிசயங்கள், விநோதங்கள் போன்றவற்றைக் கொண்டு ஒரு பொருளின் மார்க்கெட்டைப் பல பிரிவுகளாகப் பிரிக்கலாம். பிரிக்கவேண்டும்.

மார்க்கெட்டர், தான் போட்டியிட நினைக்கும் மார்க்கெட்டைத் தேர்ந்தெடுத்து அதில் உள்ள பிரிவுகளில் எந்தப் பிரிவைச் சேர்ந்த வாடிக்கையாளர்களைத் திருப்தி செய்ய முடியும் என்பதைக் கண்டறிந்து அதற்கேற்ப ஒரு ப்ராண்டை வடிவமைத்து விற்பனை செய்யவேண்டும். இம்மூன்று அம்சங்களைக் கொண்ட செயல்முறைக்குத்தான் Segmentation, Targeting, Positioning என்று பெயர்.

ஒரு மார்க்கெட்டில் உள்ள வெவ்வேறு பிரிவுகளையும் அப்பிரிவுகளில் உள்ள வாடிக்கையாளர்களயும் வகைப் படுத்துவதுதான் 'வகைப்படுத்துதல்'. அதாவது Segmentation.

வகைப்படுத்தப்பட்ட பிரிவுகளிலிருந்து ஒன்று அல்லது இரண்டு பிரிவுகளைத் தேர்ந்தெடுத்து அந்தப் பிரிவுகளில் பொருள்களைச் செய்து விற்பனை செய்ய முடிவெடுப்பது 'குறி வைத்தல்'. இதுதான் Targeting.

தேர்ந்தெடுத்த பிரிவுகளின் வாடிக்கையாளர்களைக் கவரும் வகையில் பொருள்களைச் செய்து அப்பொருள்களின் பிரத்தியேகப் பயன்களை அவர்கள் விரும்பும் வண்ணம் கூறி, அவர்கள் மனத்தில் அமர்வதுதான் 'இடம் பிடித்தல்'. அதாவது Positioning.

STP என்கிற இந்த மூன்றின் கலவைதான் மார்க்கெட்டிங்கின் முதல் படி. அதாவது வேல்யூவைத் தேர்ந்தெடுப்பது.

இரண்டாவது படி: வேல்யூவை வடிவமைப்பது

என்ன வேல்யூ என்று முடிவு செய்தபின் மார்க்கெட்டிங்கின் அடுத்த படி, தேர்ந்தெடுத்த வேல்யூவை ஒரு பொருளாக வடிவமைப்பது. அதாவது எந்த வாடிக்கையாளர்களைக் குறி வைப்பது, அவர்களின் தேவைப்படி எந்த மாதிரி ஒரு வேல்யூ, அதாவது பொருளைச் செய்வது என்கிற ஐடியாவை முடிவு செய்வது. அதாவது, அந்த ஐடியாவுக்கு ஒரு வடிவம் கொடுப்பது.

ஆர் அண்ட் டி டிபார்ட்மெண்ட், பொருள் வடிவமைப்புத் துறை, தயாரிப்பு நிர்வாகம், ஆபரேஷன்ஸ் டீம் என அனைவரிடமும்

ஐடியாவை விளக்கி, 'இதோ பாருங்க கண்ணுங்களா, இதுதான் ஐடியா. இதை வாடிக்கையாளருக்குத் தோதான பொருளாக மாற்றுவது உங்கள் கைகளில்' என்று பொறுப்பை அவர்களிடம் விடவேண்டியது.

மூன்றாவது படி: வேல்யூவை வழங்குவது

நமக்குத் தேவையான பொருளை நமக்குத் தேவையான வடிவில் வாடிக்கையாளர் கைக்குக் கொண்டு சேர்க்கும் படி இது. இங்கு நீங்கள் தெரிந்துகொள்ளவேண்டிய இன்னொரு முக்கியமான மேட்டர் ஒன்று உண்டு. அதாவது மிக்ஸ். என்னடா, மேட்டர், மிக்ஸ் என்கிறானே, ஏதாவது 'டாஸ்மாக்' சமாசாரமோ என்கிற ஐயமோ, ஆசையோ வேண்டாம். நான் சொல்ல வந்தது 'மார்க்கெட்டிங் மிக்ஸ்'.

மார்க்கெட்டர் என்கிற முறையில் நாம் வாடிக்கையாளருக்கு ஒரு வேல்யூவைத் தருகிறோம் அல்லவா. அவர் தேவையைப் பூர்த்தி செய்யக்கூடிய ஒரு பொருளைத் தயாரிக்கிறோம். அதன்பின், அப்பொருள் வாடிக்கையாளருக்கு எளிதாகச் சென்றடையத் தேவையான விநியோக முறைகளை வரையறுக்க வேண்டும். மூன்றாவதாக, அப்பொருள் என்ன விலை பெறும், என்ன விலை கொடுத்து வாங்க வாடிக்கையாளர் முன்வருவார் என்பதைக் கண்டறிந்து அப்பொருளுக்கு உண்டான விலையை நிர்ணயம் செய்யவேண்டும். இறுதியாக, அப்பொருளை வாடிக்கையாளருக்கு அறிமுகம் செய்து அவரைக் கவர்ந்து, வாங்கச் செய்யத் தேவையான அனைத்து விற்பனை மேம்பாட்டுச் செயல்களையும் செய்யவேண்டும்.

மேற்கூறிய இந்த வேல்யூவின் நான்கு அம்சங்கள் - பொருள், விலை, விநியோகம், விற்பனை மேம்பாடு - இவையும் உங்கள் வெற்றியை நிர்ணயிப்பவை. இந்த நான்கு அம்சங்களையும் ஆங்கிலத்தில் ப்ராடக்ட் (Product), ப்ரைஸ் (Price), ப்ளேஸ் (Place), ப்ரமோஷன் (Promotion) என்று சுருக்கமாக '4P', அதாவது 'நான்கு பி' என்று அழைப்பர். இந்த நான்கு அம்சங்களின் கலவைதான் மார்க்கெட்டிங் மிக்ஸ்.

மூன்றாவது படியும் ரெடி. இனி என்ன செய்வது? வேறு என்ன? ஒரு சுபயோக சுபதினத்தில் சேல்ஸ்மேன்கள் புடை சூழ ப்ராண்டை மார்க்கெட்டுக்கு மங்களகரமாக எடுத்துக்

கொண்டுபோய் ஜாம் ஜாம் என்று விநியோகம் செய்து, வெகு விமரிசையாக விளம்பரம் செய்து, பட்டையைக் கிளப்ப வேண்டியதுதான். மற்ற ப்ராண்டுகளை அடித்துத் துவம்சம் செய்து, அமோகமாக விற்று அமர்களமாக பணத்தைக் கட்டோ கட்டென்று கட்டவேண்டியதுதான்.

மார்க்கெட்டிங்கின் இந்தப் புதிய பரிணாமம்தான், போட்டி மிகுந்த இன்றைய வியாபாரச் சந்தையில் வெற்றி பெறுவதின் ரகசியம் என்கிறார்கள் மார்க்கெட்டிங் வல்லுனர்கள். இப்படி மார்க்கெட்டிங்கின் மூன்று படிகளையும் கர்ம சிரத்தையாகக் கடந்து, உருக்கமுடன் உபன்யாசம் செய்து, அமோகமாக வெற்றி பெற்ற ப்ராண்டுகள் எத்தனையோ உண்டு. சாம்பிளுக்கு இதோ உங்களுக்கு மிகவும் பழக்கப்பட்ட ப்ராண்ட். ஏன், நீங்களே உபயோகப்படுத்தும் ப்ராண்டாகக்கூட இருக்கலாம். 'பஜாஜ் பல்ஸர்' வென்ற கதையைச் சுருக்கமாகப் பார்ப்போம்.

இருபதாம் நூற்றாண்டின் இறுதியில் பஜாஜ் கம்பெனி கொஞ்சம் பேஜார் கம்பெனியாகத்தான் இருந்தது. அவர்களின் 'சேட்டக்' ஸ்கூட்டர் விற்பனை தொய்வடைந்த நிலையில் இருக்க, அவர்கள் உருவாக்கிய 'காவாசாகி பஜாஜ்' பைக்கின் விற்பனை கூடக் காமாசோமாவாகத்தான் இருந்தது. அந்த நிலையில்தான் பஜாஜ் கம்பெனி, 'இது வேலைக்கு ஆகாது' என்று மார்க்கெட்டிங்கைக் கொஞ்சம் புதிய முறையில் அணுகி, புதிய ப்ராண்டுகளை அறிமுகப்படுத்துவது அவசியம் என்பதை உணர்ந்தது.

முதல் வேலையாக மார்க்கெட்டைப் புரிந்துகொள்ள, மார்க்கெட் ரிசர்ச் வேலைகளை முடுக்கிவிட்டனர். அது தந்த ரிப்போர்ட்டை அலசி ஆராய்ந்து மார்க்கெட்டின் நிலைமையையும் வாடிக்கையாளர் குணாதிசயங்களையும் அறிந்துகொண்டனர். அதன்படி மார்க்கெட்டில் பல வாடிக்கையாளர் பிரிவுகள் (Segments) இருப்பது தெரியவந்தது. அதாவது பைக் மார்க்கெட்டில் பல பிரிவுகள் இருப்பதும், ஒவ்வொரு பிரிவில் இருக்கும் வாடிக்கையாளர்களுக்கும் குறிப்பிட்ட ஒரு தேவை இருப்பதும், அதோடு அந்தத் தேவையைச் சரியாகப் பூர்த்தி செய்யும் ப்ராண்டுகள் இருப்பதும் கண் கூடாகத் தெரிந்தது.

வாடிக்கையாளர்களில் ஒரு பிரிவுக்கு 'மைலேஜ்' முக்கியத் தேவை; ஆனால் அவர்களுக்கு ஏற்கெனவே 'ஸ்ப்ளெண்டர்'

இருந்தது. இன்னொரு பிரிவுக்கு 'ஸ்பீட்' மீது நாட்டம்; அவர்களுக்கு 'யமஹா' இருந்தது. வேறு சிலருக்கு 'ஆஜானுபாகு'வான பைக் தேவைப்பட்டது; அவர்களுக்கு 'புல்லட்' இருந்தது. மற்ற சிலருக்கு விலை குறைவான பைக்குகள் தேவைப்பட்டன; அவர்களுக்கும் 'சீடி டான்' போன்ற ப்ராண்டுகள் இருந்தன.

வாடிக்கையாளர் பிரிவுகளை அலசும்போதுதான் பஜாஜுக்கு ஒன்று புலப்பட்டது. இள வயதுக்காரர்களுக்கு என்று பிரத்யேகமான பைக் ஏதும் இல்லாததுதான் அது. இள வயதுக்காரர்கள் தானே பல பைக்குகளையும் ஓட்டுகிறார்கள் என்றுதான் பல கம்பெனிகளும் அசட்டையாக இருந்துவிட்டன. ஆனால் இள வயதுக்காரர்கள் என்பது ஒரு தனிப் பிரிவு. அதாவது ஒரு தனி செக்மண்ட். அவர்களுக்கு என்று சில குறிப்பிட்ட தேவைகள் உள்ளன. அவர்களுக்கு, தங்கள் வயதுக்கு ஏற்ப ஸ்டைல்மீது நாட்டம். ஜீன்ஸ், டீ ஷர்ட் அணிந்துகொண்டு, கூலிங் க்ளாஸ் போட்டுக்கொண்டு, தெரிந்த தெரியாத ஆங்கிலத்தில் பேசிக் கொண்டு, சதா சர்வகாலமும் பெண்களை எப்படி ஃப்ரெண்ட் பிடிப்பது என்று சிந்தித்துக்கொண்டு, சாதா ஃப்ரெண்டை எப்படி கேர்ல் ஃப்ரெண்ட் ஆக்குவது என்று ஆசைப்பட்டுக்கொண் டிருக்கும் பிரிவு அது. அந்தப் பிரிவு வாடிக்கையாளர்களை, அவர்களுடைய ஆசைகளை பல கம்பெனிகள் கவனிக்க தவறின. ஆனால் பஜாஜுக்குப் புரிந்தது.

அதாவது எப்பவும் ஸ்டைலாக இருக்க, எதையுமே ஸ்டைலாகச் செய்ய ஆசைப்பட்ட ஒரு பெரிய பிரிவினர் ஓட்டும் பைக்குகளில் மட்டும் அந்த ஸ்டைல் இல்லாமல் இருந்தது தெரிந்தது. இதை உணர்ந்த பஜாஜ் அவர்களைக் குறிவைத்து ஒரு பைக்கை வடிவமைப்பது என்று முடிவு செய்தது. அந்த பைக்குக்கு 'பல்ஸர்' என்று பெயர் சூட்டி, அந்த ப்ராண்டுக்கு 'ஸ்டைல்' என்று பொசிஷனிங் செய்தது.

பின், பொருள் வடிவமைப்பாளர்களை அழைத்து, 'இந்தாப்பா, இதுதான் ஐடியா, இதற்கேற்ற அழகான ஒரு 150 சிசி பைக்கை, பார்த்தாலே பரவசமூட்டும்வகையில் மளமளவென்று டிசைன் செய்து தாருங்கள்' என்று கூற, அவர்களும் அதற்கேற்ப ஒரு பைக்கை வடிவமைக்க, அதன்பின் தயாரிப்புத் துறைக்கு அந்த வடிவமைப்பு வழங்கப்பட்டு, 'இந்தாப்பா, இந்த கனவு டிசைனை நனவாக்கும் வகையில் தயாரித்துத் தாருங்கள்' என்று கூற அவர்களும் பிரயத்தனப்பட்டுத் தயாரித்துத் தர, அந்த

பைக்குகள் அதன்பின் விற்பனைத் துறைக்கு தரப்பட்டு 'இதை விற்கவேண்டியது உங்கள் பொறுப்பு' என்று கூற, அவர்களோ 'இதை நாங்கள் விற்கவேண்டிய அவசியமே இல்லை, வாடிக்கையாளர்களே வந்து வாங்கிச் செல்வார்கள்' என்று கூறும் அளவுக்கு அல்லவா மார்க்கெட்டிங் தங்கள் வேலையைத் திறம்படச் செய்திருந்தது.

பஜாஜ் பல்ஸர் சக்கப்போடு போட்டது. போட்டுக்கொண்டிருக் கிறது. பஜாஜ் கம்பெனியையே மீண்டும் தூக்கி நிறுத்தியது அந்த ப்ராண்ட். பல்ஸர் ஒரு மார்க்கெட்டிங் வெற்றிக் கதை. அந்த வெற்றிக்கு அடித்தளம் அது மார்க்கெட்டிங்கை அணுகிய விதம். ஹோண்டா ஸ்ட்ரீட், மார்க்கெட்டிங்கை இரண்டு படி கொண்ட சமாசாரமாகப் பார்த்தது. பொருளைச் செய்தது. செய்த பொருளை விற்க முடியாமல் திணறியது.

ஆனால் பல்ஸர், மார்க்கெட்டிங்கை மூன்று படி கொண்ட 'தி நியூ மார்க்கெட்டிங் பாரடைம்' என்ற கண்ணோட்டத்தில் பார்த்தது. அதன்படி, முதலில் வாடிகையாளர்களுக்கு எந்த வகை வேல்யூவைக் கொடுப்பது என்று தீர்மானித்தது. அதற்குத் தேவையான Segmentation, Targeting, Positioning செய்தது. அதன் பின்தான் அந்த வேல்யூவையே, அதாவது பைக்கையே தயாரித்தது. தயாரித்த பைக்கை அதன் பின்னர்தான் விற்பனை செய்தது.

அதாவது வாடிக்கையாளரின் தேவையை அறிந்து, அதன்படிப் பொருள் வடிவமைக்கப்பட்டு, அதற்கேற்பப் பொருள் தயாரிக்கப்பட்டு, அதன்பின் அதே வாடிக்கையாளரிடம், 'இந்தாப்பா நீ விரும்பும் வகையில் பைக்' என்றால் எந்த வாடிக்கையாளர்தான் வேண்டாம் என்பார். 'கொடு கொடு' என்று காணாததைக் கண்டதுபோல் வாடிக்கையாளர்கள் பல்ஸரை வாங்கியதில் ஆச்சரியம் ஏதும் இல்லையே.

ஆக, மார்க்கெட்டிங் என்பது வாடிக்கையாளருக்கு நாம் கொடுக்கும் ஒரு வேல்யூ. அந்த வேல்யூவை முதலில் தேர்ந் தெடுத்து, அதன்பின் அதை வடிவமைத்து, அதையே பின் வழங்குவது என்பதே வெற்றிக்கு அடிப்படை. இப்படி மார்க்கெட்டிங்கை அணுகினால் நீங்களும் பெறலாம் 'பல்ஸர்' போன்ற வெற்றியை. இல்லேயெல் தாராளாமாகப் பெறலாம் 'அல்சர்' போன்ற எரிச்சலை!

சரி, மார்க்கெட்டிங்கை ஒரு முறை அலசியாகிவிட்டது. புதிய வகையில் அதை எப்படி அணுகுவது என்பதையும் புரிந்து கொண்டாகிவிட்டது. இனி என்ன? பாவம் செய்வதுதான் பாக்கி. அதாவது, மார்க்கெட்டிங் பாவம் செய்து பட்டுக் கொண்ட ப்ராண்டுகளையும் அதைச் செய்யாமல் பட்டொளி வீசும் ப்ராண்டுகளையும் பார்க்கவேண்டியதுதான் பாக்கி!

வாருங்கள் பார்ப்போம்.

2

பாவம் சார் நீங்கள்!

மார்க்கெட்டிங் பாவங்களைப் பட்டியலிட்டு, பட்டுக்கொண்ட ப்ராண்டுகளைப் பார்வையிடும் முன் இந்த ப்ராண்டுகளை எப்படித் தேர்வு செய்தேன், இவை தோல்வி அடைந்த ப்ராண்டுகள் என்பதை எதைக்கொண்டு அறுதியிட்டேன் என்பதை விளக்குவது அவசியம் என்று நினைக்கிறேன்.

ப்ராண்ட் தோல்வி என்றால் என்ன? ஒரு ப்ராண்ட் விற்க முடியாமல் திண்டாடி இழுத்து மூடப்பட்டு விட்டது என்றுதானே அர்த்தம்? இதற்கு ஒரு தனி வியாக்கியானம் தேவையா என்று நீங்கள் கேட்கலாம். ஆம், 'பூட்ட கேஸ்' ப்ராண்டுகள் என்பவை, தோல்வியடைந்த ப்ராண்டுகள்தாம்.

அதற்காக அவை மட்டுமேதான் தோல்வியடைந்த ப்ராண்டுகள் என்பதில்லை. சில சமயங்களில் ப்ராண்ட் அறிமுகப்படுத்தப்பட்டு அது மார்க்கெட்டில் விலை போகாமல் தொய்வு நிலையை அடைந்தும் எதோ காரணங்களுக்காக அந்த ப்ராண்ட் மூடப்படாமல், ஸ்ட்ரெச்சர் கேசாக

இழுத்துக் பிடித்துக்கொள்ளப்படுகின்றன. அந்த ப்ராண்டை அறிமுகப்படுத்திய கம்பெனி, ‘சே, எவ்வளவு ஆசை ஆசையாக அறிமுகப்படுத்தினோம். இந்தப் பாழாய்ப் போன சனியன் விற்றுத் தொலைக்க மாட்டேன் என்கிறதே. இல்லை இன்னும் கொஞ்சம் முயன்றால் விற்றாலும் விற்கும். இதை எப்படி யாவது சரி செய்துவிடலாம்’ என்கிற அபரிமிதமான நப்பாசை காரணமாக இருக்கலாம்.

அல்லது, ‘ஆஹா ஓஹோ என்றல்லவா இந்த ப்ராண்டைப் பற்றிப் பீற்றிக்கொண்டோம்! இந்த தரித்திரம் என்னடா வென்றால் விற்காமல் நம் வயத்தெரிச்சலைக் கொட்டிக் கொண்டு நம் மானத்தை வேறு வாங்கித் தொலைக்கிறதே! இந்த ப்ராண்டை மூடித் தொலைத்தால் அசிங்கமாய்ப் போய்விடுமே! சே, இருந்துவிட்டுத் தொலைக்கட்டும். இழுத்துக்கொண்டு கிடக்கட்டும்’ என்று விற்காத ப்ராண்டை வெறுமனே தொடரச் செய்யும் கம்பெனிகளின் ஈகோவாகக்கூட இருக்கலாம். கண்ணறாவித் தமிழ் படங்களை காலி தியேட்டர்களில் சும்மாவேனும் நூறு நாட்கள் ஓட்டித் தங்களுக்கு தாங்களே ஷீல்ட் கொடுத்துக்கொள்ளும் தயாரிப்பாளர்கள்போல!

ஆக, இழுத்து மூடப்பட்ட ப்ராண்டுகள் அடைந்ததும் தோல்வி தான். இழுத்துக்கொண்டு கிடக்கும் ப்ராண்டுகளின் நிலைமை யும் தோல்விதான். இதுபோல் தோல்வியடைந்த ப்ராண்டு களையும் அலசத்தான் போகிறோம்.

இன்னொரு விஷயத்தையும் தெளிவுபடுத்திவிடுகிறேன். மார்க்கெட்டில் தோல்வி அடைந்த ப்ராண்டுகளுக்கான காரணங்கள் அனைத்தும் நாம் பார்க்கப்போகும் பஞ்சமா பாதகங்களுக்குள் அடங்காது. வேறு சில கிளைக் காரணங் களாலும் சில ப்ராண்டுகள் தோல்வி அடைந்திருக்கின்றன.

சில ப்ராண்டுகள் தோற்றது நிர்வாகத் திறமையின்மையால். உதாரணத்துக்கு நம்மூர் ப்ராண்டான ‘பாரமவுண்ட் ஏர்வேஸ்’. ஒரு காலத்தில் சக்கைப் போடு போட்ட ப்ராண்ட்டை சக்கையாகக் கசக்கிப் பிழிந்துபோட்டது அந்த கம்பெனியின் நிர்வாகத் திறமையின்மை.

சில ப்ராண்டுகள் தோல்விக் கன்னியை தழுவக் காரணமாக இருந்தது நிர்வாக கவனக் குறைவு. இதற்குச் சிறந்த உதாரணம் ‘காம்ப்ளான்’.

ஒரு சில சமயங்களில் ப்ராண்டுகளைத் தோல்வி அடைய வைப்பது கம்பெனியில் நடக்கும் தகிடுதத்தங்கள். ஒரு காலத்தில் பிரமாதமாகப் பிரகாசித்து, பின் பிசுபிசுத்துப்போன சுபிக்ஷாவின் கதை ஒரு அக்மார்க் தமிழ் வயிற்றெறிச்சல் புராணம்.

இன்னும் சில ப்ராண்டுகள் அமர்க்களமாக அறிமுகப்படுத்தப் பட்டு, அட்டகாசமாக விற்று, அமோக வெற்றியுடன் திகழ்ந்து அதன்பின் அந்நிய கம்பெனிக்கு விற்கப்பட்டு புதிய நிர்வாகம் ப்ராண்டை வாங்கி அநியாயத்துக்குக் குட்டிச்சுவர் ஆக்கிய கேஸ்களும் உண்டு. 'ஏர் டெக்கான்' விமான சர்வீஸ், குறைந்த கட்டணம் என்கிற பொசிஷனிங் செய்யப்பட்டு ஜோராகத்தான் பறந்துகொண்டிருந்தது. அந்த கம்பெனியை ஆயிரம் கோடி ரூபாய் கொடுத்து வாங்கி, அதன் பெயரை 'கிங்ஃபிஷர் ரெட்' என்று பெயர் மாற்றம் செய்து அந்த ப்ராண்டின் மென்னியைத் திருகிக் கொன்றது கிங்ஃபிஷர் கம்பெனி நிர்வாகம். சனிப் பிணம் தனிப் போகாது என்பதற்கேற்ப 'கிங்ஃபிஷர் ஏர்லைன்ஸ்' கழுத்தையும் திருகி அடுத்த பிணத்தை இப்போது ரெடி செய்துகொண்டிருக்கிறார்கள்.

இது போல் சில நிர்வாகக் குளறுபடி கேஸ்களும் உண்டு. இதை விலக்குவது எப்படி என்று கடைசி அத்தியாயத்தில் அலசுவோம்.

சரி விஷயத்துக்கு வருவோம். ப்ராண்ட் தோல்விகள் பலவிதம். ஆனால் அவற்றை அலசும்போது ஐந்து பெரிய காரணங்கள் புலப்படுகின்றன. மற்ற சில காரணங்களும் உண்டு என்றாலும் இந்த ஐந்துதான் பெருவாரியான ப்ராண்ட் தோல்விகளுக்கும் பூதாகாரமான காரணம். அதனால்தான் இந்த ஐந்து காரணங் களையும் பட்டியலிட்டுப் பார்க்கப்போகிறோம்.

தோல்வியடைந்த ப்ராண்டுகளைப் பார்க்கும் அதே நேரம், அதே பாவத்தைச் செய்யாமல் வெற்றிபெற்ற ப்ராண்டுகளையும் சேர்த்துப் பார்க்கப்போகிறோம். ஒரு ப்ராண்ட் ஒன்றைச் செய்து எப்படித் தோற்றது என்று பார்க்கும் அதே நேரத்தில், அதே தவறைச் செய்யாமல் இருந்த ப்ராண்டுகளையும் அதே அத்தியாயத்தில் பார்க்கும்போது தோல்விக்கும் வெற்றிக்கும் இடையே இருக்கும் வித்தியாசம் புரியும். மேலும், வெற்றி பெற்ற ப்ராண்டுகளைப் பார்ப்பது பாவ விமோசனம் என்றுகூட வைத்துக்கொள்ளளாமே!

‘ஏன் ஓய், பாவம் பாவம் என்று சொல்லிக்கொண்டிருக்கிறீரே ஒழிய அந்தப் பஞ்சமா பாதகங்களைக் கண்ணிலேயே காட்ட மாட்டேன் என்று அழிச்சாட்டியம் செய்கிறீரே’ என்று பொறுமை இழந்தவர்களுக்கு...இதோ மார்க்கெட்டிங் பஞ்ச மாபாதகங்கள்.

1. சந்தைப் போக்கில் ‘சறுக்கல்’
2. பொசிஷனிங்கில் ‘சொதப்பல்’
3. ப்ராண்ட் எக்ஸ்டென்ஷன் ‘உளறல்’
4. போட்டியாளர்களிடம் ‘பேத்தல்’
5. ப்ராண்ட் வளர்ப்பில் ‘வழுக்கல்’

இது பாவங்களின் லைன் அப். அவ்வளவே. எதோ ‘டாப் 10’ லிஸ்ட் இல்லை. அதாவது முதல் இடத்தில் இருப்பதால் ‘சந்தைப் போக்கில் சறுக்கல்’ என்பது எதோ இருப்பதிலேயே மிகப் பெரிய பாவம் என்றோ ஐந்தாவது இடத்தில் இருப்பதால் ‘ப்ராண்ட் வளர்ப்பில் வழுக்கல்’ என்பது அளவில் கம்மியான பாவம் என்றோ எடுத்துக்கொள்ளாதீர்கள். இங்கு உள்ள ஐந்து பாவத்தில் எதைச் செய்தாலும் உங்கள் ஆட்டம் க்ளோஸ் என்பதை உஷாராக உணர்ந்துகொள்ளுங்கள்.

‘எதோ ஒரு வழியாக இந்தப் பாவப் பட்டியலைக் கண்ணில் காட்டினீரே, இனிமேலாவது இவற்றை டீடெய்லாக டீல் செய்யப் போகறீரா இல்லையா’ என்கிறீர்களா? சரி, வாருங்கள், செல்வோம் அந்தப் பாவங்களிடம்.

ஆனாலும் பாவம் சார் நீங்கள்!

3

சந்தைப் போக்கில் 'சறுக்கல்'

1990-*களில் சக்கை போடு போட்ட ஷாம்பு ப்ராண்ட் 'சன்சில்க்'. அடேங்கப்பா, கொஞ்ச நஞ்ச ஆட்டமா போட்டது? கிட்டத்தட்ட இந்தியாவின் நம்பர் ஒன் ரேஞ்சுக்கு உயர்ந்து உச்சாணிக் கொம்பில் உட்கார்ந்திருந்தது. அது ஒரு காலம். அதன்பின் சன்சில்க் படிப்படியாக இறங்கி, ஒடுங்கி ஓடாகத் தேய்ந்து நிற்கிறது. இது இந்தக் காலம். ஷாம்புவில் நுரை வருகிறதோ இல்லையோ, இன்று விற்பனை தேய்ந்து ப்ராண்ட் வாயில் நுரை தள்ளுகிறது!*

அதே 1990-களில் இதே ஷாம்பு வகையைச் சேர்ந்த 'க்ளினிக் ப்ளஸ்' எதோ சுமாராகத்தான் ஜீவனம் நடத்திக்கொண்டிருந்தது. இன்றோ, இந்தியாவின் அதிகமாக விற்பனையாகும் ஷாம்பு என்கிற பட்டத்தைச் சுமந்து பெருமையுடன் நிற்கிறது. இன்று ஷாம்பு மார்க்கெட்டில் அதன் பங்கு 40%. அதாவது ஷாம்பு மார்க்கெட் விற்பனையில் நூற்றுக்கு நாற்பது சதவிகித விற்பனை, க்ளினிக் ப்ளஸ்ஸிடம்.

இரண்டுமே ஒரே பொருள் வகையை சேர்ந்த ப்ராண்டுகள். இன்னும் சொல்லப்போனால் ஒரே கம்பெனியுடைய ப்ராண்டுகள். 'இந்துஸ்தான் யூனிலீவர்' கம்பெனியின் தயாரிப்புகள். ஆனாலும் ஒரு ப்ராண்டைக் கீழே இறக்கி அதே சமயம் இன்னொரு ப்ராண்டை மேலே ஏறவைத்ததற்கு ஒரே காரணம்: சந்தைப் போக்கு.

சந்தைப் போக்கு என்பதை, ஒரு தீர்க்கமான திசையை நோக்கி நகரும் வாடிக்கையாளர்களின் மனப்பாங்கு என்று கூறலாம். நம் எண்ணங்களில் மாற்றங்கள் கொண்டுவந்து நாம் வாழும் முறையை மாற்றி, நாம் வாங்கும் பொருட்களில் மாற்றங்கள் கொண்டுவரும் சக்தி படைத்தவை சந்தைப் போக்குகள்.

சந்தைப் போக்குகள் நாளுக்கு நாள் மாறுபவை அல்ல. வாடிக்கையாளர்கள் மனத்தில் மெதுவாகப் பிறந்து வளர்ந்து ஒரு குறிப்பிட்ட காலத்துக்கு நின்று நிலைத்திருக்கும் தன்மை கொண்டவை. மேலும் சந்தைப் போக்குகள் ஒரு குறிப்பிட்ட பொருள் பிரிவை மட்டுமே பாதிக்காமல் பலதரப்பட்ட பொருள் பிரிவுகளையும் அதன் பயன்பாட்டையும் பாதிக்கும் ஆற்றல் பெற்றவை.

என்னதான் ஒரு மார்க்கெட்டர் எவ்வளவுதான் திறமையாகப் பொருளை வடிவமைத்து விற்பனை செய்ய முயற்சித்தாலும், சந்தைப் போக்குகளையும், வாடிக்கையாளர் குணாதிசயங் களையும் அவற்றின் தாக்கங்களையும் ஆராய்ந்து, அனுசரித்து அதற்கேற்ப மார்க்கெட்டிங் உத்திகளை வகுப்பது அவசியம்.

சந்தைப் போக்கு சொல்லிக்கொண்டு வருவதும் இல்லை. சொல்லிவைத்தாற்போல் லேசில் போவதும் இல்லை. அவை பெரும்பான்மையான வாடிக்கையாளர்களின் வாழக்கையையும் வாழும் முறையையும் மாற்றி அமைக்கும் சக்தி கொண்டவை. இதனால் அவர்கள் வாங்கும் பொருள் வகைகள் பாதிக்கப் படுகின்றன. வாங்கும் ப்ராண்டுகளும் பாதிக்கப்படுகின்றன.

ஓர் உதாரணம் கொண்டு இதைப் பார்ப்போம். கடந்த ஒரு பத்துப் பதினைந்து வருடங்களில் மக்களை பாதித்துவரும் ஒரு சந்தைப் போக்கு 'ந்யூக்ளியர் குடும்பங்கள்'. அதுதான் சார், அப்பா அம்மா அவர்கள் குழந்தைகள் மட்டுமே ஒரு வீட்டில் வாழ்வது. முன்பெல்லாம் கூட்டுக் குடும்ப முறைதான் பிரதானமாக

இருந்தது. அது கொஞ்சம் கொஞ்சமாகத் தேய்ந்து இப்போது கணவனும் மனைவியும் சேர்ந்திருந்தாலே கூட்டுக் குடும்பம் என்கிற நிலைமைக்கு அல்லவா வந்துவிட்டோம்!

இந்த ந்யூக்ளியர் குடும்பங்கள் என்கிற சந்தைப் போக்குக்கும் மார்க்கெட்டிங்குக்கும் ஏதாவது சம்பந்தம் இருக்கிறதா? ரத்த சம்பந்தமே உண்டு! கூட்டுக் குடும்பங்கள் தேய்ந்துவரும் இக்காலத்தில், புதிதாகத் திருமணம் ஆன பெண்கள் தங்கள் கணவருடன் புதிய வீட்டில் புதிய வாழ்க்கையைத் தொடங்கும்போது அவர்களுக்கு யார் உதவுவது? அதுதான் வீட்டில் வேறு யாரும் இல்லையே. அட, ஒரு ஸ்வீட் செய்ய வேண்டும் என்றால் பாவம் மனைவி என்ன செய்வாள்? இந்தக் காலத்தில் அவளுக்கு சமைக்கத் தெரிந்திருந்தால் அதுவே பெரிய விஷயம். இதில் ஸ்வீட்டையும் காரத்தையும் எங்கு செய்வது, இல்லை யார்தான் அவளுக்குச் சொல்லித் தருவது? அப்போது ஸ்வீட்டுக்கு என்ன செய்யும் அந்த ந்யூக்ளியர் குடும்பம்? ஓட வேண்டியதுதான்...

'கிருஷ்ணா ஸ்வீட்ஸ்', 'க்ராண்ட் ஸ்வீட்ஸ்' போன்ற கடைகளுக்கு!

இருபது வருடங்களுக்குமுன் யாராவது நம்மிடம் 'நீங்கள் கடைக்குச் சென்று ஸ்வீட் வாங்கிச் சாப்பிடும் காலம் வரப் போகிறது' என்று சொல்லியிருந்தால் ஸ்வீட்டாலேயே அவரை அடித்திருப்போம். இன்றோ அடித்து பிடித்துக்கொண்டு கடை களுக்கு ஓடிச் சென்று ஸ்வீட் வாங்கிச் சாப்பிடுகிறோம். ஒரு கார்த்திகை தீபம் என்றால் அவல்பொறி செய்து கடவுளுக்கு நெய்வேத்யம் செய்து சாப்பிட்ட காலம் போய் இன்று ஸ்வீட் கடைகளுக்குச் சென்று 'கார்த்திகை தீபம் ஸ்பெஷல் பாக்கேஜ்' வாங்கி நெய்வேத்யம் செய்து ஒரு வெட்டு வெட்டுகிறோம்.

கூட்டுக் குடும்ப காலத்தில் பாட்டி செய்த தீபாவளி லேகியத்தை, தலையில் எண்ணெய் சொட்டச் சொட்ட சாப்பிட்ட காலம் போயே போய்விட்டது. அதுதான் வீட்டில் பாட்டியோ, வயதான அம்மாவோ, ஒன்றுவிட்ட அத்தையோ யாருமே கிடையாதே. அதனால் இந்த ந்யூக்ளியர் குடும்ப காலத்தில் தீபாவளி லேகியத்தைக் கடைகளில்தான் காண முடிகிறது. ஏதோ இந்த மட்டும் சில கடைக்காரர்களுக்காவது தீபாவளி லேகியம் செய்யத் தெரிந்ததோ, பிழைத்தோம். இல்லை என்றால்

லேகியம் என்று பேப்பரில் எழுதி அதைத்தான் தீபாவளி அன்று கழுதை கணக்காகத் தின்ன வேண்டியிருக்கும்.

இன்று கிருஷ்ணா ஸ்வீட்ஸ், க்ராண்ட் ஸ்வீட்ஸ் போன்ற ப்ராண்டுகள் சக்கைப் போடு போடுகின்றன என்றால் ஏன் போடாது. அவர்கள் வெற்றியின் ரகசியம் என்ன?

மாறும் சந்தைப் போக்கை மற்றவர்களுக்குமுன் அவர்கள் உண்ணிப்பாகக் கவனித்தது. மற்றவர்களுக்கு முன் பட்டி தொட்டி எங்கும் கடை திறந்து தங்களை நிலை நிறுத்திக் கொண்டது. இதுதான் அவர்கள் ரகசியம். இன்று கோலோச்சும் அவர்கள் வெற்றி, சந்தைப் போக்கைச் சரியாகக் கவனித்தற்குக் கிடைத்த பரிசு. அந்தப் பரிசை நீங்கள் பெறத் தேவை, சந்தைப் போக்கைப் பற்றிய தீர்க்கமான சிந்தனை. மற்றவர்களுக்குமுன் அதைக் கண்டறியும் திறன்.

சந்தைப் போக்கு சத்தமில்லாமல்தான் நம்மை முத்தமிடும். அந்த முத்தத்தின் ஸ்பரிசத்தை நீங்கள் உணர ஆழ்ந்த திறன் வேண்டும். பிரிட்டானியா கம்பெனி போல. சில வருடங்களுக்கு முன்புவரை 'பிரிட்டானியாவின் மில்க் பிக்கீஸ்' பெரிய பாக்கெட்டுகளில்தான் விற்றுக்கொண்டிருந்தது. கூட்டுக் குடும்ப காலத்துக்கு இது ஏற்றதாக இருந்தது. ஒருவர் ஒரு மில்க் பிக்கீஸ் பாக்கெட்டை வாங்கிக்கொண்டு தன் வீட்டுக்குச் சென்றால் அவர் குழந்தைகள், வீட்டில் அவர்களோடு வாழும் மற்ற குழந்தைகள் என்று ஒரு அரை டஜனாவது தேறுமே. ஒரு பாக்கெட்டைப் பிரித்து அனைவருக்கும் சரிசமமாகக் கொடுத்தால் ஐந்தே நிமிடத்தில் பாக்கெட் காலியாகி, வெறும் பேப்பர்தான் மிஞ்சும். அது கூட்டுக் குடும்ப காலம்.

இன்று ந்யூக்ளியர் குடும்ப காலம். வீட்டில் இருப்பது ஒன்றோ, இல்லை பெற்றோருக்கு இருக்கும் ஓய்வு நேரத்தை பொருத்து, இரண்டோ குழந்தைகள்தான்! ஒரு பெரிய மில்க் பிக்கீஸ் பாக்கெட்டைப் பிரித்து அவர்களுக்கு ஆளுக்கு இரண்டு கொடுத்தால் பாக்கெட்டில் இன்னமும் மீதி இருக்கும். பின் அம்மா அந்தப் பாக்கெட்டை மூடி, ரப்பர் பேண்ட் போட்டுக் கட்டி அதை ஒரு பாத்திரத்தில் வைத்து மூடுவார். என்னதான் தங்க ஓட்டியாணத்தைப்போல் அதைப் பாதுகாத்து வைத்தாலும் அடுத்த முறை அந்த பாக்கெட்டைப் பிரிக்கும்போது பிஸ்கெட் நமுத்துப் போயிருக்கும். நமுத்த பிஸ்கெட்டை எந்தக்

குழந்தையும் சீண்டாது. 'சீபோ, எனக்கு மில்க் பிக்கீஸ் வேணாம், வேற எதாவது தா' என்று அடம் பிடிக்கும், அழும். பெற்றோரும் வேறு ஏதாவது வாங்கித் தரவேண்டியிருக்கும். மில்க் பிக்கீஸ் விற்பனை பாதிக்கப்பட்டிருக்கும்.

பார்த்தது பிரிட்டானியா. 'ஆஹா இந்த ந்யூக்ளியர் குடும்பங் களால் நம் பிஸ்கெட் விற்பனையே நமுத்துப் போய்விடும்போல் இருக்கிறதே' என்று உண்ணிப்பாகக் கவனித்து உஷார் அடைந்து, 'குடும்பங்களை நம்மால் சேர்த்து வைக்க முடியாது, அட்லீஸ்ட் நம் பிஸ்கெட் பாக்கெட்டுக்களையாவது சின்னதாகப் போடுவோம்' என்று சிறிய பாக்கெட்டுகளை அறிமுகம் செய்தது. சிறிய பாக்கெட்டுகள் சின்னக் குடும்பத்துக்கு ஏற்றதாக இருக்குமே. இன்றும் மில்க் பிக்கீஸ் விற்பனையில் அமோகமாக வளர்வதற்கு மூல காரணம் அதன் டேஸ்டும் விளம்பரமும் என்றாலும் அந்த ப்ராண்ட் தொய்வடையாமல் பாதுகாத்தது, சந்தைப் போக்கைக் கவனித்த பிரிட்டானியா கம்பெனியின் தொலைநோக்குதானே!

சந்தைப் போக்கு என்பது இதுபோல் ஒன்றோ இரண்டோ அல்ல. ஒரே சமயத்தில் பலவிதச் சந்தைப் போக்குகள் மார்க்கெட்டிங்கைப் போட்டுத் தாக்கும். ந்யூக்ளியர் குடும்பங்கள் பெருகும் இந்தக் காலத்தில், கூடவே இன்னொரு சந்தைப் போக்கையும் நீங்கள் கவனித்திருக்கலாம். வேலைக்கு செல்லும் பெண்கள் அபரிமிதமாக அதிகரித்திருப்பதை!

யோசித்துப் பாருங்கள். நம் பாட்டிகளில் எத்தனை பேர் வேலைக்குப் போயிருப்பார்கள். நம் அம்மாக்களில் எத்தனை பேர் ஆபீஸ் சென்றிருப்பார்கள். ஆனால் நம் மனைவிமார்களில் பலர் வேலைக்குச் செல்ல ஆரம்பித்துவிட்டார்கள். வளர்ந்து வரும் நம் மகள்களில் பெரும்பான்மையானோர் வேலைக்குச் செல்லப் போகிறார்கள். இது மார்க்கெட்டிங்கை எப்படிப் பாதிக்கிறது, பல ப்ராண்டுகளை எப்படிப் புரட்டிப் போடப் போகிறது, புது ப்ராண்டுகளுக்கு எப்படி வழி செய்யப்போகிறது என்பதைப் பார்ப்போம்.

ஆட்டுக் கல் என்று ஒன்று இருந்ததே, நினைவிருக்கிறதா? அம்மி என்ற ஒன்றை நம் மம்மி உபயோகித்து வந்தார்களே, அதாவது ஞாபகம் வருகிறதா? 'ஆமாம்யா, நீர் சொன்னவுடன்தான் தோன்றுகிறது. அந்த சமாசாரமெல்லாம் பார்த்து நாளாகி

விட்டது' என்கிறீர்களா? அந்தக் கற்கள் காணாமல் போனது எதனால் என்று நினைக்கிறீர்கள்? எலக்ட்ரானிக் சமாசாரங்கள் வந்ததால் என்பது ஒரு புறம் இருந்தாலும், அந்தக் கல்லில் போட்டு மாங்கு மாங்கு என்று அரைக்க நம் பெண்களுக்கு நேரம் இல்லாததும் ஒரு பெரிய காரணம். பின்னே, அவசரம் அவசரமாக மாவை அரைத்து இட்லியோ, தோசையோ செய்து வெந்ததும் வேகாததுமாக நம் தட்டில் போட்டுவிட்டு வேலைக்கு ஓட வேண்டாமா? ஆபீஸுக்குச் செல்லும் அவசரத்தில் ஆட்டுக் கல்லையா அரைத்துக்கொண்டிருப்பது? அப்பாயிண்ட்மெண்ட் இருக்கும் போது அம்மிக் கல்லையா கட்டிக்கொண்டு அழுவது?

இந்த மாறி வரும் சந்தைப் போக்கு நமக்குத் தந்த பொருட்கள் தான் ரெடிமேட் மிக்ஸ். ரெடிமேட் இட்லி மாவு முதல் ரெடிமேட் குலாப் ஜாமூன்வரை இன்று ஒரு ப்ராண்ட் பட்டாளமே கிளம்பியது, பெண்கள் வேலைக்குப் போக ஆரம்பித்ததனால் தான்.

இங்கு நான் கேட்ட உண்மைக் கதை ஒன்றை சொல்கிறேன். பெங்களூரில் 'மாவல்லி டிபன் ரூம்' என்று ஒரு ஹோட்டல், நல்ல டிபன் போட்டு நாலு காசு சம்பாதித்து, படு செளக்கியமாக இருந்துவந்தது. கொஞ்ச காலமாக அதன் உரிமையாளர்கள் கண்ணில் ஒன்று உறுத்திக்கொண்டே வந்திருக்கிறது. தன் வாடிக்கையாளர்கள் பலரும் சாயந்திரங்களில் வந்து வெறும் சாம்பாரையும் சட்னியையும் மட்டும் வாங்கிக்கொண்டு போவது தான் அது. கொஞ்சம் விசாரித்துப் பார்த்திருக்கிறார் மனிதர். வந்த வாடிக்கையாளர்களில் பலரின் மனைவியும் வேலைக்குச் செல்வதால், தினம் ஆபிஸிலிருந்து வீடு திரும்பி சமைப்பது கஷ்டமாக இருப்பதால், சாதத்தை மட்டும் வடித்துவிட்டு சாம்பாருக்கு மாவல்லி டிபன் ரூம் ஹோட்டலுக்கு வருவது தெரிந்தது.

பார்த்தார் மனிதர். 'ஆஹா, வேலைக்குச் செல்லும் பெண்கள் வீட்டில் சீக்கிரமாகச் சமைக்க ஏதுவாக எதாவது செய்தால், க்யூவில் நின்று வாங்குவார்கள்போல் இருக்கிறதே' என்று சிந்தித்தார். சிந்தித்ததன் பலனைச் செயலில் காட்டினார். இட்லி, தோசை, உப்புமா என்று ரெடிமேட் லிஸ்ட் ஒன்றை அறிமுகப் படுத்தினார். அதோடு ரெடிமேட் சாம்பார் பொடி, ரசப் பொடி,

ரெடிமேட் மிளகாய்ப் பொடி என்று அந்த லிஸ்டையும் செய்து கடை பரப்பினார். பிசினஸ் பிய்த்துக்கொண்டு பறந்தது. சில வருடங்களுக்கு முன்புதான் 'ஆர்க்லா' என்கிற ஒரு பன்னாட்டு முதலீட்டு நிறுவனத்திடம் தன் பிசினஸை 100 மில்லியன் டாலருக்கு விற்றுவிட்டு சந்தோஷமாக செட்டில் ஆகிவிட்டார்.

யார் இந்த மாவல்லி டிபன் ரூம் ஓனர்? அவர் கிடக்கிறார் விடுங்கள். 'லம்ப்பாய்' வந்த அமவுண்டை இன்னமும் எண்ணிக் கொண்டிருப்பவரை எதற்கு அனாவசியமாகத் தொந்தரவு செய்துகொண்டு. அவர் தன் மாவல்லி டிபன் ரூம் ஹோட்டல் பெயரில்தான் தன் பிசினஸைத் தொடங்கினார். 'MTR' என்று பெயரைச் சுருக்கி!

ஞாபகம் வைத்துக்கொள்ளுங்கள். வேலைக்குப் போகும் பெண்கள் அதிகரித்ததைத் தொலைநோக்கோடு அலசி, அவர்கள் தேவையை மற்றவர்களுக்குமுன் கணித்து, அதற்கேற்ற ப்ராண்டை உருவாக்கி விற்றதால் பெற்ற மாபெரும் வெற்றி அது. ஒன்றல்ல இரண்டல்ல, 100 மில்லியன் டாலர்!

ப்ராண்ட் ஆவதும் வேலைக்கு போகும் பெண்ணாலே. ப்ராண்ட் அழிவதும் வேலைக்குப் போகும் பெண்ணாலே! அழியும் ப்ராண்டுகளின் சோகக் கதையை இப்போது பார்ப்போம்.

காலையில் வேலைக்குச் செல்லும் பெண்களுக்கு நேரமில்லாமை ஒரு பெரிய பிரச்னை. ஆனாலும் முதல் வேலையாகக் காபி குடித்தாகவேண்டும். பில்டரை எடுத்து, காபிப் பொடியை அதில் போட்டு, வெண்ணீரை ஊற்றி அது ஆற அமர கீழே இறங்குவதை வேடிக்கை பார்த்து, அதன்பின் கிடைத்த டிகாக்‌ஷனை எடுத்து காபி போட்டுக் குடிப்பதற்குள் ஆபீஸ் கதவை இழுத்து மூடி விட்டு, 'வீட்டுக்குப் போ' என்று திரும்ப அனுப்பிவிடுவார்கள். பார்த்தார்கள் நம் பெண்மணிகள். 'தூக்கிப் போடு ஃபில்டர்களை, வாங்கு இன்ஸ்டண்ட் காபியை' என்று 'ப்ரூ'வுக்குத் தாவினார்கள். ஒரு காலத்தில் சக்கைப் போடு போட்ட 'நரஸூஸ் காபி', 'லியோ காபி' எல்லாம் ஆறி அவலாய்க் கிடக்கின்றன. 'பேஷ் பேஷ் ரொம்ப நன்னா இருக்கு' என்ற விளம்பரத்தை பார்த்தே பல வருடங்கள் ஆகிவிட்டதே! எல்லாம் சந்தைப் போக்கு சுவாமிகளின் கைங்கரியம்! ஆனால் இந்துஸ்தான் யூனிலீவருக்கோ 'ஆனந்தம் ப்ரூவுடன் ஆரம்பம்ம்ம்ம்ம்ம்ம்ம்ம்!'

நேரமின்மை என்பதும் ஒரு சந்தைப் போக்குதான். 'டைம் பறக்கிறது சார்', '24 மணி நேரம் பத்த மாட்டேங்குதுங்க' என்று நாம் சொல்லும் அளவுக்கு நேரம் இல்லாமல் தவித்துக் கொண்டிருக்கிறோம். ஓடுகிறோம். ஓடுகிறோம். வாழ்க்கையின் ஓரத்தை எல்லாம் தாண்டி எகிறிக் குதித்து ஓடிக்கொண்டே இருக்கிறோம் சாதாரண ஜீவிதம் நடத்தவே. இதில் சிக்கி இன்னும் எத்தனை ப்ராண்டுகள் சின்னாபின்னம் ஆகிக் கொண்டிருக்கின்றன பாருங்கள்.

ஹோட்டல்களை எடுத்துக்கொள்ளுங்கள். ஒரு காலத்தில் ஹோட்டலைத் தேடிச் சென்று இருக்கையை தேடிப் பிடித்து ஆற அமர உட்கார்ந்து வக்கணையாகச் சாப்பிட்ட காலம் எல்லாம் வழக்கொழிந்து போய்விட்டது. இப்போது எப்பவாவதுதான் அப்படிச் சாப்பிட முடிகிறதே ஒழிய அரக்கப் பரக்க அல்லவா எப்போதும் சாப்பிட்டுவிட்டு கை அலம்பக் கூட நேரம் இல்லாமல் பறந்து கொண்டிருக்கிறோம். இதை உணராத ஹோட்டல்கள் பழையபடி மெதுவாக வாடிக்கையாளர்களைக் கவனித்து 'ஈ' ஓட்டிக் கொண்டிருக்கின்றன.

ஆனால் 'சரவன பவனை'ப் பாருங்கள். நேரமில்லாமல் ஓடும் மக்களை அவர்கள் வேகத்துக்கு ஈடு கொடுக்கும் வகையில் 'சரவனாஸ்' என்று ஃபாஸ்ட் ஃபுட் ரக ஹோட்டல்களைத் திறந்து 'நேரமில்லையா, நின்றுகொண்டே சாப்பிடுங்கள்' என்று மடமட வென்று சர்வ் செய்து சுடச்சுட பரிமாறிப் பரபரவென்று பறக்கும் உங்களைக் கடகடவென்று அனுப்பிவைக்கிறார்கள். இன்று பிசினஸில் சரவனாஸ் பின்னிப் பெடலெடுக்கிறது என்றால் ஏன் எடுக்காது. பெடலோடு சேர்ந்து சைக்கிளையே எடுத்தாலும் ஆச்சரியப்படுவதற்கில்லை.

இந்த நேரமின்மையின் இன்னொரு வெளிப்பாடுதான் நாம் திரைப்படங்கள் பார்க்கும் விதம். இப்போதெல்லாம் ஒரு படம் இரண்டு மணி நேரத்துக்குமேல் ஓடினால் நமக்கு மேல் மூச்சு, கீழ் மூச்சு வாங்குகிறது. மூன்று மணி நேரப் படங்கள் எடுக்கப் பட்ட காலம் பழங்கதை ஆகிவிட்டன. அதேபோல் பத்திரிகை களில் தொடர்கதைகள் நின்றுபோய் வெகு நாட்கள் ஆகி விட்டன. எதையும் சின்னதாகக் கொடு, சீக்கிரமாகக் கொடு, முடிந்தால் படிக்கிறேன், முடிந்தவரை பார்க்கிறேன் என்கிறார்கள் மக்கள் இப்போது.

இவ்வளவு ஏன். ஒரு காலத்தில் கிரிக்கெட் என்றால் ஐந்து நாள் டெஸ்ட் மாட்ச் தான். ஐந்து நாளும் வேலை மெனக்கெட்டு டீவி முன் சோபாவில் தவமாய் தவமிருந்து கிரிக்கெட்டை கை தட்டி ரசித்தோம். நேரமின்மை காரணமாக ஐந்து நாள் டெஸ்ட் கொஞ்சம் கொஞ்சமாய் தேய்ந்து ஒரு நாள் கிரிக்கெட் ஆனது. அந்த ஒரு முழு நாள் மட்டும் மீண்டும் அதே சோபாவில் உட்கார்ந்து மூழ்காமல் முத்தெடுத்தோம். இப்போது ஒரு நாள் முழுவதும் உட்கார்ந்து மாட்ச் பார்க்கக் கூட எங்கு நேரமிருக்கிறது?

கழுதை தேய்ந்து கட்டெறும்பான கதையாக கிரிக்கெட் என்றாலே இப்போது 20-20 கிரிக்கெட் என்றாகிவிட்டது. மூன்று மணி நேரம்தானே என்று முழுசாய்க இன்று அதைத்தான் பார்க்க விரும்பிகிறோம். இது இப்படியே போய் இன்னும் கொஞ்ச நாளில் 10-10 கிரிக்கெட் வரைகூடக் குறையுமோ என்னவோ. பிறகு அதுவும் தேய்ந்து 10-10 ஓவர் மாட்சைப் பார்க்கக்கூட நேரம் இல்லாமல் வெறும் டாஸ் போட்டு யார் ஜெயிக்கிறார்கள் என்பதை மட்டும் பார்த்து ரசிக்கும் காலம்கூட வரலாம். ஒன்றும் சொல்வதற்கில்லை!

ஆக நம்மைச் சுற்றிப் பல சந்தைப் போக்குகள் உருவாகி, நம் வாழ்க்கையை உருமாற்றி வருகின்றன. ஏதோ, நாம் இங்கு சந்தித்த இரண்டு மூன்று சந்தைப் போக்குகள் என்றில்லை. பல ரூபங்களில், பல வழிகளில், பல லெவல்களில் சந்தைப் போக்குகள் நம்மைத் தாக்குகின்றன. சந்தைப் போக்குகள் என்பவை தனி ஆவர்த்தனக் கச்சேரிகளாகவும் இருக்கலாம். சமயங்களில் ஜுகல்பந்தி கச்சேரிகளாகவும் ஜொலிக்கலாம்.

எடுத்துக்காட்டாக, சில வருடங்களாக மக்களுக்கு ஆரோக்கியத்தின்மீது அதீத நாட்டம் வரத் தொடங்கியிருக்கிறது. நம் முன்னோர்களும் ஆரோக்கியமாக வாழ முற்பட்டார்கள் என்றாலும், கடந்த பத்துப் பதினைந்து வருடங்களில் நம் எண்ணங்களில், நம் செயல்களில், நாம் வாழும் முறையில், நாம் வாங்கும் பொருள்களில் ஆரோக்கியத்துக்கு அதிகக் கவனம் செலுத்த ஆரம்பித்துள்ளோம்.

காலையில் எழுந்துகொள்வதே வாக்கிங் போகத்தான் என்று கிளம்புவோர்முதல், இரவில் ஒரு இட்லி போதும் என்று உறங்கப் போவோர்வரை நம்மில் பலர் ஆரோக்கியத்தின் அடிமைகள்

ஆகிவிட்டோம். நாம் வாங்கும் பொருள்களிலும் ஆரோக்கியத்தை, ஆரோக்கிய உட்பொருள்களை (Ingredients) எதிர்பார்க்கிறோம். சமையல் எண்ணெய் ப்ராண்டுகளான 'சண்ட்ராப்' போன்றவை 'எங்கள் எண்ணெயில் சமையல் செய்தால் சுவையோ சுவை' என்று விளம்பரம் செய்து சக்கை போட்டுக்கொண்டிருந்தன ஒரு காலத்தில். மாறி வரும் சந்தைப் போக்கையும் மக்களுக்கு ஆரோக்கியத்தின் மீது வளரும் மயக்கத்தையும் கவனிக்கத் தவறின இந்த ப்ராண்டுகள்.

ஆனால் ஆரோக்கியத்தின்மீது இருக்கும் பற்று அதிகரித்து வருவதை உணர்ந்த 'சஃபோலா' சமையல் எண்ணெய் ஒரு புதிய உத்தியை வடிவமைத்தது. 'சஃபோலா ஆரோக்கியமானது, குறைவான கொலஸ்ட்ரால் கொண்டது. ஆகவே, ஹார்ட் அட்டாக் போன்ற உபாதைகளிலிருந்து பாதுகாக்க வல்லது' என்று விளம்பரம் செய்தது. அப்புறம் என்ன, கோடானுகோடி மக்கள் சண்ட்ராப் போன்ற எண்ணெய்களை 'போடா வெண்ணெய்' என்று ஒதுக்கித் தள்ளிவிட்டு, சஃபோலாவுக்குத் தங்கள் சப்போர்டைத் தெரிவிக்க ஆரம்பித்தனர். சஃபோலாவின் விற்பனையும் பெட்ரோல் விலைபோல் எகிறியது. இன்னமும் எகிறிக்கொண்டிருக்கிறது.

இத்தனை ஏன்? ஏர் கண்டிஷனரை எடுத்துக்கொள்ளுங்கள். 'வோல்டாஸ்', 'கேரியர்', 'ஆம்ட்ரெக்ஸ்', 'சாம்சங்', 'ப்ளூ ஸ்டார்' என்று ஒரு படையே மார்க்கெட்டில் கோலோச்சிக் கொண்டிருந்தன; நம்மைக் குளிர்படுத்திக்கொண்டிருந்தன ஒரு காலத்தில். ஆனால் இன்று இந்த ப்ராண்டுகளை எல்லாம் சூடாக்கி, சுண்ணாம்பாக்கி விட்டது 'எல்ஜி' என்கிற ப்ராண்ட். ஏசி மார்க்கெட்டில் நம்பர் ஒன் ப்ராண்ட் இன்று எல்ஜிதான். வருடா வருடம் அதிக வளர்ச்சி கண்டுவரும் ப்ராண்டும் அதுவே. இது எப்படிச் சாத்தியமாயிற்று? எல்லாம் ஆரோக்கிய சந்தைப் போக்கின் மகிமைதான்.

பல ப்ராண்டுகள் சக்கைப் போடு போடுகின்றனவே, அதன் நடுவில் நம் ப்ராண்டை எப்படி நிலை நிறுத்துவது என்று யோசித்தது எல்ஜி. அப்போதுதான் மக்களுக்கு ஆரோக்கியத்தின் மீது மலர்ந்துவரும் மோகத்தைக் கவனித்தது. 'ஆஹா கண்டேன் காதலை' என்பதுபோல் 'ஆஹா சந்தித்தேன் சந்தைப் போக்கை' என்று மடமடவென்று காரியத்தில் இறங்கியது.

தங்கள் விளம்பரங்களில், 'எங்கள் எல்ஜி ஏசியில் சிறப்பு ஃபில்டர்கள் இருப்பதால் அது வெளியில் உள்ள கிருமிகள் வீட்டுக்கு உள்ளே வராமல் பாதுக்காக்கும் வல்லமை பெற்றவை. அதனால் உங்கள் வீடு சுத்தமாக, சுகாதாரமாக இருக்கும், அதனால் உங்கள் ஆரோக்கியம் பாதுகாக்கப் படுகிறது' என்று அடித்தது ஒரு அடி. வாடிக்கையாளர்களும் 'ஏன், எதற்கு, எப்படி' என்றெல்லாம் கேள்வி கேட்காமல், 'ஆரோக்கியமான ஏசியாம்! அள்ளுடா அதை' என்றும் சகட்டுமேனிக்கு வாங்கித் தள்ள ஆரம்பித்தார்கள். எல்ஜியும் ஜல்தியாக நம்பர் ஒன் நிலைமையை அடைந்தது.

'ஆஹா' என்று விற்றுக்கொண்டிருந்த ப்ராண்டுகளான கேரியர் போன்றவை 'அய்யோ' என்று சரிய, அட்டகாசமாக விற்றுக் கொண்டிருந்த ஆம்ட்ரெக்ஸ் போன்ற ப்ராண்டுகள் அழிந்தே போய்விட்டன. ஆரோக்கிய சந்தைப் போக்கை உணர்ந்து அதன்படி உத்தியை அமைத்த எல்ஜியின் காட்டிலோ அடை மழை. ஏசி வசதியுடன்!

ஆக 'ஆரோக்கியத்தின் மீதான நாட்டம்' என்று இப்படித் தனி ஆவர்த்தனமாகச் சந்தைப் போக்கு நம்மை பாதிக்கும். அதேபோல் இரண்டு அல்லது மூன்று சந்தைப் போக்குகளும் தொகுதி உடன்பாடு வைத்துக்கொண்டு ஜுகல்பந்தியாக வேறு நம்மைத் தாக்கும்.

உதாரணத்துக்கு நாம் மேலே சந்தித்த இரண்டு சந்தைப் போக்குகளான 'ந்யூக்ளியர் குடும்பங்கள்' மற்றும் 'பெண்கள் வேலைக்குப் போவது' இரண்டுமே சமயங்களில் சேர்ந்திசை பாடுகின்றன. நம்மை சேர்ந்து படுத்துகின்றன. இதனால் நாம் வாழும் முறையில் மாற்றம். இதனால் நாம் வாங்கும் பொருட்களில் மாற்றம். நாம் வாங்கும் ப்ராண்டுகளில் மாற்றம். அதனால் பல ப்ராண்டுகளுக்கோ ஏமாற்றம்!

இந்த ஜுகல்பந்தியினால் நமக்கு கிடைத்திருக்கும் புதிய பொருள் வகைதான் 'குழந்தைகள் காப்பகம்'. 'க்ரெஷ்' என்றும் 'டே கேர் செண்டர்' என்று அழைக்கப்படும் சமாசாரம். யோசித்துப் பாருங்கள். நம்மில் எத்தனை பேர் குழந்தைகளாக இருந்தபோது இதுபோல் காப்பகத்தில் சேர்க்கப்பட்டிருந்தோம்? ஆனால் இன்று நம்மில் எத்தனை பேரின் குழந்தைகள் இதுபோல்

காப்பகத்தில் சேர்க்கப்பட்டு வருகின்றன பார்த்தீர்களா? ஏன்? ரொம்ப சிம்பிள். நம்மில் பலர் ந்யூக்ளியர் குடும்பங்களில் வாழ்கிறோம். மனைவிமார்களும் வேலைக்குப் போகிறார்கள். குழந்தைகளை ஸ்கூல் விட்டவுடன் யார் கூட்டிக்கொண்டு வருவார்கள்? அப்படியே கூட்டிக்கொண்டு வந்தாலும் எப்படி நாம் ஆபிசிலிருந்து திரும்பும்வரை வீட்டில் தனியாக இருக்கவிடுவது? இந்தக் காலத்தில் வீட்டில் நாம் தனியாக இருப்பதற்கே பயமாக இருக்கிறது. இதில் குழந்தைகளை எப்படித் தனியாக விடுவது?

பார்த்தோம். நம்மில் பலரும் குழந்தைகளை ஸ்கூலிலேயே 'டே கேர் செண்டரில்' சேர்த்துவிட்டோம். பள்ளி முடிந்தவுடன் குழந்தைகள் அங்கயே இருந்து, ஹோம் வொர்க் செய்து, பள்ளியில் உள்ள ஆயா தான் சாப்பிட்டுவிட்டு மீதி ஏதாவது இருந்தால் அதைக் குழந்தைகளுக்குக் கொடுக்க, அதை நம் குழந்தைகள் தின்கிறதோ இல்லையோ என்று தெரியாமல் ஆபீசிலிருந்து திரும்பும் முதல் ஆள் - கணவனோ அல்லது மனைவியோ - ஸ்கூல் வழியே வந்து நம் குழந்தைகளை வீட்டுக்கு அழைத்துச் செல்கிறோம். இதனால் உருவான ஒரு புதிய பொருள்வகையான 'க்ரெஷ்'கள் பணம் காய்ச்சி மரங்கள் ஆகிவிட்டன.

இந்த ஜுகல்பந்தி சந்தைப் போக்கால் நலிந்துவரும் பொருள் வகைகளும் உண்டு. இதில் பிரதானமானது 'லெண்டிங் லைப்ரரி'. ஒரு காலத்தில் தடுக்கி விழுந்தால் ஏதாவது லைப்ரரியில் புத்தகங்களின் மீதுதான் விழவேண்டியிருக்கும். இந்த லைப்ரரிகளில் குழந்தைகளோடு பெற்றோரும் சேர்ந்து கை நிறையப் புத்தகங்களை எடுத்துச் செல்வது சாதாரணக் காட்சியாக இருந்தது. நேரம் இருந்தது, போக முடிந்தது, படிக்க முடிந்தது. இன்றோ பெற்றோர்களுக்கும் நேரமில்லை, குழந்தை களை லைப்ரரிகளுக்கு அழைத்துச் செல்வோரும் யாரும் இல்லை. நலிந்து வருகின்றன லைப்ரரிகள். மெலிந்து வருகின்றன நம்மிடையே புத்தகம் படிக்கும் வழக்கம்.

இந்நேரம் சந்தைப் போக்கையும் அது வாடிக்கையாளரைப் பாதிக்கும் விதத்தையும் அதன் முக்கியத்துவத்தையும் உணர்ந் திருப்பீர்கள். மாறி வரும் சந்தைப் போக்கை எப்படிக் கண்டு

பிடிப்பது? நாம் முன்னமே பார்த்ததுபோல் எந்த சந்தைப் போக்கும் சொல்லிக்கொண்டு வருவதில்லை. அதுவாக, மெதுவாக, பரவலாக வந்து வாடிக்கையாளர்களின் வாழ்க்கை முறையை மாற்றுகிறது. அதை நம் போட்டியாளர் உணர்வதற்கு முன் நாம் எப்படி உணர்வது? நம் ப்ராண்டுகளை எப்படி அதற்கு ஏற்றார்போல மாற்றி அமைப்பது? புது ப்ராண்டுகளை எப்படி அறிமுகப்படுத்துவது?

அதற்குத் தேவை மார்க்கெட்டைப் பற்றிய ஆழ்ந்த சிந்தனை. சதா சர்வகாலமும் மார்க்கெட்டைக் கவனித்துவருவது அவசியம். நம் ப்ராண்டுகளைப் பற்றியும் நாம் விற்கும் பொருள் வகை பற்றியும் தீர்க்கமான அறிவும், அர்த்தமும், ஆழ்ந்த சிந்தனையும் இருப்பது ஒரு புறம். அதேபோல் மற்ற ப்ராண்டுகளைப் பற்றியும் மற்ற பொருள் வகைகளின் விற்பனை, மாற்றங்கள் இவற்றையும் கூர்ந்து கவனித்து வருவது அவசியம்.

ஆபிசில் உட்கார்ந்துகொண்டு யோசித்தால், புதிய சந்தைப் போக்கு களைக் கண்டுபிடிக்க முடியாது. வாடிக்கையாளர்களைச் சந்திக்க வேண்டும். அவர்களோடு பேசி அவர்கள் வாழ்க்கை முறை களையும் அவை மாறும் முறைகளையும் ஆராயவேண்டும். செய்தித்தாள்களையும் வெகுஜனப் பத்திரிகைகளையும் கூர்ந்து படிக்கவேண்டும். எவை எவை புதிதாகத் தோன்றியிருக்கின்றன, எங்கெங்கு புதுமைகள் வந்திருக்கின்றன என்பதைக் கூர்ந்து கவனித்துக்கொண்டே இருப்பது முக்கியம்.

மேலும் இதற்கு உதவுவது மார்க்கெட் ரிசர்ச். மார்க்கெட்டைப் பற்றிய ஆராய்ச்சி மிக மிக அவசியம். நம் உடம்பை எப்படி அடிக்கடி செக் அப் செய்துகொள்வது அவசியமோ அதே அளவு முக்கியம் நம் மார்க்கெட்டைப் பற்றிய தெளிவான அறிவும் புரிதலும். மார்க்கெட் ரிசர்ச் என்றால் ஏதோ பக்கத்து வீட்டுக் காரரிடம் பத்து நிமிடம் பேசிவிட்டு 'ஆஹா! மார்க்கெட் மேட்டர் புரிந்துவிட்டது, வாடிக்கையாளர் விஷயங்கள் விளங்கி விட்டது' என்று முடிவு கட்டுவது அல்ல.

வாடிக்கையாளர் குணாதிசயங்கள் என்ன? அவை மாறி வருகின்றனவா? எப்படி மாறி வருகின்றன? எதனால் மாறி வருகின்றன? வேறு என்ன மாற்றங்களை எதிர்பார்க்கலாம்? இப்படிப் பல்வேறு கேள்விகளுக்குத் தெளிவான பதில்

பெறுவதுதான் மார்க்கெட் ரிசர்ச். ஏதோ கடனே என்று செய்தோம், உடனே ஒரு பதில் என்று செய்யாமல், விரதம் இருந்து, பக்தியுடன், பரவசத்துடன் குல தெய்வத்தைக் கும்பிடும் பயபக்தி அவசியம்.

மார்க்கெட் ரிசர்ச்சைப் பற்றிய சிறு குறிப்பையும் சந்தைப் போக்கை அறியச் செய்யும் சில முறைகளையும் 'பாவ நிவர்த்தி ஹோமம்' என்ற பின்வரும் பகுதியில் பாருங்கள், படியுங்கள், பயனடையுங்கள்.

சரி, சந்தைப் போக்கின் மகத்துவத்தைப் புரிந்துகொண்டேன். ஆனால், சந்தைப் போக்கை எங்கு தேடுவது? இதுதான் சந்தைப் போக்கு என்பதை எப்படிக் கண்டுபிடிப்பது என்று நீங்கள் கேட்பது புரிகிறது.

சந்தைப் போக்கு என்பது சொல்லிக்கொண்டு வருவதில்லை என்பதை முன்பே பார்த்தோம். சந்தைப் போக்கு என்பதற்குச் சில கோட்பாடுகள் உண்டு.

சந்தைப் போக்குகள், ஃபேஷன் சமாசாரங்கள் அல்ல என்பதை முதலில் புரிந்துகொள்ளுங்கள். ஃபேஷன் என்பது நிலையில்லாத ஒன்று. ஒவ்வொரு காலத்திலும் பிரபலமாக, பரபரப்பாக உள்ள ஒரு சமாசாரம். உதாரணத்துக்கு, சட்டையை எடுத்துக் கொள்ளுங்கள். சட்டை என்பது நமக்குத் தெரிந்து இடுப்புக்குக் கீழ் தொடைவரை இருப்பவை என்றுதான் அறிந்து வந்திருக் கிறோம். இன்றோ சட்டைகள் நாம் அணியும் பெல்ட் வரைதான் இருக்கின்றன. கடைக்காரரைக் கேட்டால் 'அதுவரைதான் சார் இருக்கவேண்டும்' என்கிறார். வர வர சட்டைகள் ஏதோ 'நாயுடு ஹால்' ரேஞ்சுக்கு இருக்கின்றன. இது ஃபேஷன். கவலை வேண்டாம். இன்னமும் ஒரு வருடம், மிஞ்சினால் இரண்டு. சட்டைகள் காம்ப்ளான் சாப்பிட்டு வளர்ந்துவிடும். பழைய ஃபேஷன் திரும்பிவிடும். ஏனெனில் இவை ஃபேஷன் சமாசாரங்கள். மாறிக்கொண்டே இருக்கும்.

சந்தைப் போக்குகள் அப்படி அல்ல. அவை நீண்ட காலம் நீடித்து நிற்பவை. நேற்று பெய்த மழையில் இன்று முளைப்பவை அல்ல சந்தைப் போக்குக் காளான்கள். அவை அரச மரங்கள். மெதுவாக, சத்தமில்லாமல் தோன்றி, வேர் ஊன்றி, விருட்ச மாகி, நெடுங்காலம் நிலைத்து நிற்கும் தன்மை வாய்ந்தவை.

பொருள் வகைகளைப் பாதிப்பவை அல்ல சந்தைப் போக்குகள். வாடிக்கையாளர்களின் சிந்தனைகளையும் வாழ்க்கை முறை களையும் பாதிப்பவை அவை. உதாரணத்துக்கு டெக்னாலஜியை எடுத்துக்கொள்வோம். அவை பொருள்வகைகளை மாற்றிக் கொண்டே வரும். ஒரு காலத்தில் வீடியோ காஸெட்டுகளில் படம் பார்த்துவந்தோம். இன்றோ டிவிடியில் பார்த்துக் களிக்கிறோம். அதனால் டிவிடி சந்தைப் போக்கு ஆகிவிடாது. அது ஒரு புதிய டெக்னாலஜி. அவ்வளவே. இன்னும் கொஞ்ச காலத்துக்குப் பிறகு வேறு ஒரு புதிய டெக்னாலஜி கண்டு பிடிக்கப்பட்டு அதிலும் படம் பார்ப்போம்.

ஆனால் சந்தைப் போக்குகள், நம்மை பாதிப்பவை. நம் எண்ணங் களைப் பாதிப்பவை. நம் வாழ்க்கை முறையைப் பாதிப்பவை. ஆக, புதிய பொருள் வகைகள் அல்ல சந்தைப் போக்குகள். எம்.டி.ஆர் சந்தைப் போக்கு அல்ல. அதுவல்ல நம் வாழ்க்கையை மாற்றியது. வேலைக்கு போகும் பெண்கள் அதிக மாவது என்பதுதான் சந்தைப் போக்கு. அதனால் பிறந்ததுதான் எம்டிஆர். புரிகிறதா!

ஒரு சிறிய டெஸ்ட் செய்து பாருங்கள். இன்று நீங்கள் உபயோகிக்கும் பல புதிய ப்ராண்டுகளையும், புதிய பொருள் வகைகளையும் எடுத்துக்கொள்ளுங்கள். அவற்றை எதனால் நீங்கள் உபயோகிக்கத் தொடங்கினீர்கள் என்று சிந்தித்துப் பாருங்கள். உங்களை பாதித்த, பாதித்துக்கொண்டிருக்கும் புதிய சந்தைப் போக்குகள் உங்களுக்கே புலப்படும்.

உதாரணத்துக்கு, நம்மில் ஏன் பல பேர் செல்ஃபோன் பயன் படுத்தத் தொடங்கினோம்? இப்போதுதான் புதியதாக வாய் திறந்து பேசக் கற்றுக்கொண்டோமா?

இல்லை. நேரமில்லாமல் ஓடிக்கொண்டிருக்கும் நம் வாழ்க்கை யில், வேலைக்குச் செல்வதால் பிரிந்திருக்கும் மனைவியுடன் பேசவேண்டிய நிர்பந்தத்தில், காப்பகத்திலோ, ட்யூஷனிலோ, ஏதாவது கோச்சிங் க்ளாசிலோ உள்ள குழந்தைகளிடம் பேச வேண்டிய அவசரத்தில் வாழும் நமக்கு செல்ஃபோன் தேவைப் படுகிறது. சந்தைப் போக்கு போட்ட குட்டிதான் செல்ஃபோன். அதைப்போல் இன்னமும் எத்தனை புதிய பொருள் வகைகளை நாம் பயன்படுத்திவருகிறோம் என்று சிந்தியுங்கள். பல புதிய

சந்தைப் போக்குகள் உங்கள் பார்வைக்குப் புலப்படும். உதாரணத்துக்கு ஒன்றைப் பார்ப்போம்.

புதிதாகப் பிறந்து, மெதுவாக வளர்ந்து, பொதுவாகப் பரவி வரும் ஒரு புதிய சந்தைப் போக்கை நீங்கள் கவனித்தீர்களா என்று தெரியவில்லை. ஒரு காலத்தில் சென்னை போன்ற பெரிய நகரங்களின் மத்தியில் பணக்காரர்களும் அப்பர் மிடில் க்ளாஸ் மக்களும் வாழ விருப்பப்பட்டனர். வாழ்ந்தும் வந்தனர். நகரங்களில் வசிப்பது மிகுந்த செலவு, தங்களுக்குக் கட்டுபடியாகாது என்று மத்திய தர மக்கள் 'சபர்ப்ஸ்' என்று சொல்லக்கூடிய புறநகர்ப் பகுதிகளுக்குக் குடி புகுந்தனர். சென்னையின் நங்கநல்லூர், தாம்பரம், மடிப்பாக்கம், ஆவடி, அம்பத்தூர் போன்ற இடங்கள் பிரபலமானதே இது போன்ற மத்திய தர மக்கள் குடி பெயர்ந்ததால்தான்.

ஆனால் இன்று நிலைமை தலைகீழ். இன்று பணம் உள்ளவர்கள், அப்பர் மிடில் க்ளாஸ் மக்கள் நெரிசல் மிகுந்த சென்னையை விட்டுத் தள்ளி வாழ்வோம் என்று நகரத்திலிருந்து வெகு தூரம் தள்ளி வீடு தேடிச் செல்கிறார்கள். தினசரிகளில் வரும் வீட்டு மனை, வீடு விளம்பரங்களைப் பார்த்தால் உங்களுக்கே இது புரியும். 'சென்னையிலிருந்து 20 கிலோமீட்டர் தொலைவில்', 'சிட்டியின் நெரிசலிலிருந்து விலகி வாழ இதோ ஒரு வாய்ப்பு' போன்ற விளம்பரங்கள் பெருகிவருவதைப் பார்க்கலாம்.

இசிஆர், ஓஎம்ஆர், ஜிஎஸ்டி ரோடு போன்ற சென்னையிலிருந்து வெளியூர்களுக்குச் செல்லும் சாலைகளில், சிட்டியிலிருந்து வெகு தூரத்தில் கட்டப்பட்டு வரும் டவுன்ஷிப்களுக்கு இன்று ஏகப்பட்ட மவுசு. கிட்டத்தட்ட சிறிய சைஸ் நகரங்களைப்போல் கட்டப்படும் 'மஹீந்தரா வேர்ல்ட் சிட்டி' போன்ற வீட்டுக் குடியிருப்புகளுக்கு இன்று எக்கச்சக்க டிமாண்ட். இது, வளர்ந்துவரும் ஒரு புதிய சந்தைப் போக்கு. இதனால் எத்தனை பொருள் வகைகள் படாத பாடு படப்போகின்றன, எத்தனை ப்ராண்டுகள் பரப்பரப்பாக விற்கப் போகின்றன என்று பாருங்கள்.

கார்களின் விற்பனை அதிகரித்திருப்பதற்கு இந்த சந்தைப் போக்கு ஒரு காரணம். நகருக்கு வெளியே குடியிருப்பவர்கள்

நகரத்தில் உள்ள தங்கள் ஆபீஸுக்கு வரவேண்டுமே. தினம் பைக்கிலோ ஸ்கூட்டரிலோ சென்றுகொண்டிருந்தால் முதுகுத் தண்டு கழன்று பாதி வழியிலேயே விழுந்துவிடும். ஆக, கார் விற்பனை அதிகமானது. முதுகுத் தண்டு விழுந்தாலும் காருக் குள்ளேயே விழும். வண்டியை ஓரமாக நிறுத்தி அதை எடுத்துப் பொருத்திக்கொண்டு விடலாம் பாருங்கள்!

எகிறி வரும் பெட்ரோல் விலையால், பலரும் பெட்ரோல் கார்களை எய்ட்ஸ் பேஷண்ட்போல் பாவித்து அவற்றை ஒதுக்கி, டீசல் கார்கள்மீது காதல் கொள்ள ஆரம்பித்திருக்கின்றனர். இதனால்தான் டீசல் கார்களின் விற்பனை அதிகமாகிக் கொண்டிருக்கிறது. பெட்ரோல் கார்களின் விற்பனை சரியத் தொடங்கியிருக்கிறது. அடுத்து டீசல் மீதுள்ள சப்சிடி குறைந்து, டீசல் விலையும் பெட்ரோல் விலையை நோக்கிப் போக ஆரம்பித்தால், மீண்டும் பெட்ரோல் கார்மீதான காதல் அதிகரிக்கும்.

வீட்டிலிருந்து ஆபிஸுக்குச் செல்லக் குறைந்தபட்சம் ஒரு மணி நேரம் பயணிக்க வேண்டியிருப்பதால் பலரும் டிரைவர் களை அமர்த்திக்கொள்ள விரும்புகின்றனர். இதனால் டிரைவர் களுக்கு ஏகப்பட்ட டிமாண்ட். 'காரைக்கூட எளிதாக வாங்கி விடலாம், இந்த பாழாய்ப் போன டிரைவர் கிடைப்பதுதான் சிரமமாக இருக்கிறது' என்று அங்காலாய்ப்பவர்கள்தான் அதிகம் இன்று.

கார்களில் அதிக நேரம் இருக்கையில் அமர்ந்திருக்கவேண்டி யிருப்பதால் கார் சீட்கள் முன்னைவிட அதிக சௌகரியமாக, உட்காரத் தோதாக இருக்கும் வகையில் செய்யப்படுகின்றன. அப்படி இல்லை என்றால் ஆபீஸ் சென்றடைவதற்குள் பலரின் 'கீழ் வானம் சிவக்கும்'.

அதிக நேரம் பயணிக்கவேண்டியிருப்பதால் பொழுதுபோக ஏதாவது செய்யவேண்டும். அதனால்தான் ரேடியோ எஃப்.எம் கேட்க மனது பிரியப்படுகிறது. 'மிர்ச்சி', 'குர்ச்சி', 'ஆஹா', 'ஓஹோ' என்று ஏகத்துக்கும் ரேடியோ எஃப்.எம் சேனல்கள் பிறந்து வளர்ந்தது எதனால் என்று இப்போது உங்களுக்குப் புரிந்திருக்குமே.

இந்த சந்தைப் போக்கை வைத்துக்கொண்டு வேறு என்ன செய்யலாம் என்று யோசியுங்கள். பல பிசினஸ் ஐடியாக்கள் பளிச்சிடும். வெகு தூரம் ஆபீஸ் செல்பவர்கள் பலரும் காலையில் டிபன் சாப்பிடாமல்தான் இன்று செல்கிறார்கள். போகும் வழியில் அவர்கள் கையில் ஈசியாகப் பிடித்துக்கொண்டு தோதாகச் சாப்பிடும் ஐட்டம்களான டோனட், சாண்ட்விச் போன்றவற்றை நல்ல பேக்கேஜிங்கில் செய்து விற்றால் ஏகத்துக்குப் பணம் பண்ணலாம். அமெரிக்காவைச் சேர்ந்த 'டன்கின் டோனட்ஸ்' என்கிற கம்பெனி இப்படிச் செய்து விற்றுத்தான் இன்று உலகமெங்கும் பரவிக் கொடி கட்டிப் பறக்கிறது. இந்த 'டன்கின் டோனட்ஸ்' சமீபத்தில்தான் நம் நாட்டுக்குள்ளும் நுழைந்திருக்கிறது. இந்தப் புதிய சந்தைப் போக்கைக் கவனித்திருப்பதுதான் காரணம் என்று நான் உங்களுக்குச் சொல்லத் தேவையில்லை.

சந்தைப் போக்கு என்றால் என்ன என்பதை இப்போது உணர்ந்திருப்பீர்கள். வாடிக்கையாளர் மனத்தில் ஆழமாகப் பதிந்து, அவர்கள் எண்ணங்களையும் செயல்களையும் பாதித்து, அவர்கள் வாழ்க்கை முறையையும் வாங்கும் பொருள்களையும் பாதிக்கும் வல்லமை பெற்றவை சந்தைப் போக்குகள். இதை மார்க்கெட்டர்கள் அறிந்து, புரிந்து, உணர்ந்து, அதற்கேற்ப மார்க்கெட்டிங் மிக்ஸை வடிவமைப்பது அவசியம்; உத்தி களைத் திருத்தி அமைத்துக்கொள்வது முக்கியம்.

க்ளினிக் ப்ளஸ்ஸை போல, கிருஷ்ணா ஸ்வீட்ஸைப்போல மாறி வரும் சந்தைப் போக்கை முளையிலேயே அறிந்து மற்ற போட்டியாளர்களைக் காட்டிலும் முன்னமேயே மார்க்கெட்டிங் மிக்ஸை வடிவமைப்பதோ, இல்லை சந்தைப் போக்குக்கு ஏற்ப மார்க்கெடிங் மிக்ஸை மாற்றி அமைப்பதோ இன்றியமையாதது. வெற்றிக்கு வழிவகுப்பது. சந்தைப் போக்கைச் சரியாகக் கவனிக்கத் தவறினாலோ, சன்சில்க்கைப் போல, நரசூஸ் காபியைப் போல தேய்ந்து, ஓய்ந்து, காய்ந்து போகவேண்டியது தான்.

ஒன்றைச் சொல்லி முடிக்கிறேன் இந்த அத்தியாயத்தை.

'சந்தைப் போக்கைக் கவனிக்கத் தவறினால் சந்தியில்தான் நிற்கவேண்டியிருக்கும்.'

பாவ நிவர்த்தி ஹோமம்

வாடிக்கையாளரை இனம் கண்டுகொள்ள, அவரது குணாதிசயங் களை அறிந்துகொள்ள, அவர் பொருள் வாங்கும் விதத்தைப் புரிந்துகொள்ள, மாறி வரும் சந்தைப் போக்குகளைத் தெரிந்து கொள்ள, அது வாடிக்கையாளர்களைப் பாதிக்கும் வழிகளை உணர்ந்துகொள்ள மார்க்கெட்டருக்கு உதவுவது மார்க்கெட் ரிசர்ச். அதாவது சந்தைத் திறனாய்வு.

டாக்டரிடம் நம் உடம்பை எப்படி அடிக்கடி செக்கப் செய்து கொள்வது அவசியமோ அதே அவசியமும் அவசரமும் ப்ராண்டுகளுக்கும் உண்டு. அந்த செக்கப்தான் மார்க்கெட் ரிசர்ச். அது பலவகைப்படும். அதில் பல டெக்னிக்குகள் இருக்கின்றன என்றாலும் முக்கியமான சில டெக்னிக்குகளையும், உங்களால் எளிதில் செய்யக்கூடிய சில வகைகளையும் மட்டும் இப்போது சுருக்கமாகப் பார்ப்போம்.

ஆப்சர்வேஷன் (Observation)

அருமையான பழைய தமிழ்த் திரைப்படப் பாடல் ஒன்றை கேட்டிருப்பீர்கள்...

'பார்வை ஒன்றே போதுமே, பல்லாயிரம் சொல் வேண்டுமா'

அது காதலுக்குப் பொருந்துகிறதோ என்னவோ எனக்குத் தெரியாது. மார்க்கெட் ரிசர்ச்சுக்கு, வாடிக்கையளரைப் புரிந்து கொள்வதற்காகவே எழுதப்பட்ட பாடல் மாதிரிதான் தெரிகிறது. வாடிக்கையாளரை வேடிக்கை பார்ப்பதே தகவல் சேகரிக்கும் முறைதான். கடைகளில் நின்றவாறே அவர் எப்படி வாங்கு கிறார், எந்தெந்தப் பொருள்களைப் பார்க்கிறார், எந்த ப்ராண்டை எடுத்து ஆராய்கிறார், எதைக் கொண்டு தேர்ந்தெடுக்கிறார், காசு கொடுத்து வாங்குகிறாரா, க்ரெடிட் கார்டா, கடனில் வாங்கு கிறாரா போன்றவற்றைக் கண்காணித்துத் தகவல் சேகரிக்க முடியும். சேகரிக்க வேண்டும். சேகரித்துக்கொண்டே இருக்க வேண்டியது அவசியம். அவசரமும்கூட.

ஃபோகஸ் க்ரூப் ரிசர்ச் (Focus Group Research)

இவ்வகை ஆராய்ச்சியில், குறிப்பிட்ட பொருள் வகையின் வாடிக்கையாளர்கள் ஆறிலிருந்து பத்து பேர் தேர்ந்தெடுக்கப்

பட்டு ஒரு பொது இடத்துக்கு அழைத்து வரப்படுகிறார்கள். அவர்கள் அனைவரும் அந்தப் பொருள் வகையைப் பற்றிப் பேச வைக்கப்படுகின்றனர். மாடரேட்டர் ஒருவர் அவர்களிடம் அந்தப் பொருள் வகையைப் பற்றி, அவர்கள் எதற்காக அந்தப் பொருள்களை வாங்குகிறார்கள், எப்படித் தகவல் சேகரிக்கிறார்கள், போட்டியாளர் ப்ராண்டுகளைப் பற்றி என்ன நினைக்கிறார்கள், ஏதேனும் புகார்களோ யோசனைகளோ உண்டா போன்ற விஷயங்களைப் பற்றிக் கேட்டு அனைவரையும் பேச வைக்கிறார்.

இவ்வகை ஆராய்ச்சிகளின்மூலம் வாடிக்கையாளர் ஆழ்மனத்தில் உள்ள எண்ணங்களைக்கூடப் பெற முடிவதால் இந்த முறை பல மார்க்கெட்டர்களால் அதிகமாகப் பயன்படுத்தப்படுகிறது.

4

பொசிஷனிங்கில் 'சொதப்பல்'

'மைலோ'. உலகத்தின் நம்பர் ஒன் ஃபுட் கம்பெனி 'நெஸ்லே'வின் ப்ராண்ட். சில வருடங்களுக்குமுன் படு விமரிசையாக அறிமுகப்படுத்தப்பட்டு, அமோகமாக விளம்பரப்படுத்தப்பட்டும் அநியாயத்துக்கு அழிந்துபோன ப்ராண்ட். எதனால் தோல்வி?

'அக்வா ஃப்ரெஷ்' என்ற டூத் பேஸ்ட், 'க்ளாக்ஸோ ஸ்மித்க்லைன் பீச்சம்' என்கிற பன்னாட்டு கம்பெனி அறிமுகப்படுத்தியது. அடேங்கப்பா, இந்த ப்ராண்டுக்குத்தான் என்ன ஒரு அறிமுகம், எத்தனை விளம்பரம், எப்பேர்ப்பட்ட ஆர்பாட்டம். கடைசியில் என்ன ஆனது? ஒருவரும் அதை வாங்கிப் பல் தேய்க்காததால் அந்த ப்ராண்டின் விற்பனை பல் இளித்து, சொத்தை விழுந்து, கடைசியில் செத்தும் போனது!

இந்த ப்ராண்டுகளின் தோல்விக்கு என்ன காரணம்?

இவை ப்ராண்டுகளே அல்ல. அதுதான் காரணம்.

'ப்ராண்ட் என்பது ஒரு மார்க்கெட்டரின் பொருளையோ சேவையையோ இனம் கண்டுகொள்ளச் செய்து அப்பொருளையோ சேவையையோ மற்ற போட்டியாளர்களிடமிருந்து தனித்துப் பிரித்துக் காட்ட உதவும் பெயரோ, குறியீடோ, சின்னமோ, வடிவமைப்போ அல்லது இவற்றின் கலவையோ ஆகும். இப்படி நான் கூறவில்லை, 'அமெரிக்க மார்க்கெட்டிங் அசோசியேஷன்' என்னும் அமைப்பு கூறுகிறது.

இந்தக் கூற்றில் உள்ள முக்கியமான அம்சங்களையும் அதன் முக்கியத்தையும் சுருக்கமாகப் பார்ப்போம்.

- ப்ராண்ட் என்பது ஒரு பொருளிலிருந்து மற்றொரு பொருளை வித்தியாசப்படுத்திக் காட்ட வல்லது.
- இந்த வித்தியாசங்கள் அப்பொருள்களின் செயல்பாட்டைப் பொருத்த விஷயமாகும்.
- விற்கும் நிறுவனங்கள் எவ்வளவு பெரியவையாக இருந்தாலும் அவர்கள் விற்கும் பொருள்களை மற்ற போட்டியாளர்களிடமிருந்து பிரித்து, தனித்துக் காட்ட ப்ராண்ட் தேவை.
- ப்ராண்ட் என்பது பெயராகத்தான் இருக்க வேண்டும் என்கிற அவசியமில்லை.

ப்ராண்ட் என்பது மார்க்கெட்டரின் கைவண்ணம். அவரின் திறமைக்குச் சான்றுதான் அவர் உருவாக்கி, பராமரித்து, பாதுகாத்துவரும் ப்ராண்ட். ப்ராண்டும் பொருளும் ஒன்றுபோல் தோன்றினாலும், அவை வெவ்வேறு ஜாதியைச் சேர்ந்தவை. மார்க்கெட்டிங் இலக்கணத்தில், பொருள் என்பது ஒரு வகையைக் குறிக்கும் சொல். ப்ராண்ட் என்பது நல்ல பொசிஷனிங் செய்யப்பட்டு தனித்துவம் வாய்ந்து இருப்பது. உதாரணத்துக்கு முகப்பவுடர் என்பது ஒரு பொருள் வகை. அதில் பாண்ட்ஸ் ட்ரீம்ஃப்ளவர் என்பது ஒரு ப்ராண்ட். ஆயுள் காப்பீடு என்பது ஒரு பொருள் வகை. அதில் 'ஆயுள் காப்பீட்டுக் கழகம்' (எல்.ஐ.சி) என்பது ஒரு ப்ராண்ட்.

ஒரு பொருளையோ சேவையையோ ப்ராண்டாக மாற்றி, அவை வாடிக்கையாளர் மனத்தில் நின்று நிலைத்திருக்க, அவர்களை மீண்டும் மீண்டும் வாங்கச் செய்யத் தேவையான சக்தியைக் கொடுக்கும் செயல்களுக்கு ப்ராண்டிங் என்று பெயர்.

ப்ராண்டிங், வாடிக்கையாளர்களின் மூன்று முக்கிய கேள்வி களுக்கு விடை அளிக்கிறது. அளிக்க வேண்டும்.

1. ப்ராண்ட் குறிக்கும் பொருள் எது?
2. அப்பொருள் என்ன செய்யும்? எப்படிச் செயல்படும்?
3. நான் ஏன் இதை வாங்கவேண்டும்?

ப்ராண்டிங்கின் இந்த மூன்று கேள்விகளில் தலையான கேள்வி மூன்றாவது கேள்விதான். வாடிக்கையாளர், தான் தன் கஷ்டப் பட்டு உழைத்த பணத்தால் நம் பொருளை வாங்கப்போகிறார். அவர் அதை ஏன் வாங்கவேண்டும்? நம் பொருள் அவருக்கு என்ன பயன் தரும்? இதை அவருக்கும் உணர்த்துவதுதான் ப்ராண்ட் பொசிஷனிங். நாம் இரண்டாவது அத்தியாயத்தில் பார்த்த 'இடம் பிடித்தல்'.

சும்மா டவுன் பஸ்ஸில் ஜன்னல் வழியே துண்டைத் தூக்கிப் போட்டு சீட்டைப் பிடிக்கும் சின்னத்தனம் இல்லை இது. வாடிக்கையாளர் மனத்தில் மேடை கட்டி, அதில் சிம்மாசனம் போட்டு, அதன்மேல் கம்பீரமாகக் கால் மேல் கால் போட்டு அமர்ந்து, காலை ஆட்டிக்கொண்டிருக்க வழி செய்யும் பிரம்மப்பிரயத்தனம்தான் பொசிஷனிங்.

சுருங்கச் சொன்னால் பொசிஷனிங் என்பது ப்ராண்டைப் பற்றிய ஓர் அழுத்தமான அர்த்தத்தை வாடிக்கையாளர் மனத்தில் பதிய வைப்பது. அவருக்குப் புரிய வைப்பது. ஒரு ப்ராண்ட் ஒரு வாடிக்கையாளருக்கு அளிக்கும் பயன்தான் பொசிஷனிங். அது அவர் வலியைப் போக்குவதாக இருக்கலாம். கவலையை நீக்குவதாக இருக்கலாம். அவர் வாழ்க்கையை மேம்படுத்துவதாக இருக்கலாம். அவரைப் பற்றி உலகுக்குப் பறைசாற்றுவதாகக் கூட இருக்கலாம். எது எப்படி இருந்தாலும் பொசிஷனிங் என்பது வாடிக்கையாளருக்கு ப்ராண்ட் அளிக்க நினைக்கும் ஒரு பயன். வாடிக்கையாளர் மனத்தில் ப்ராண்டைப் பற்றி இருக்கும் ஒரு அர்த்தம். ஒரே ஒரு அர்த்தம்.

'ஆக்ஸ்' என்றால் 'பெண்களைக் கவரும் வாசம்'.

'க்ளோஸ் அப்' என்றால் 'புத்துணர்ச்சி'.

'டெட்டால்' என்றால் 'பாதுகாப்பு'.

'ஸ்பெலெண்டர்' என்றால் 'மைலேஜ்'.

'ஹார்லிக்ஸ்' என்றால் 'போஷாக்கு'.

'சுந்தரம் ஃபைனான்ஸ்' என்றால் 'நம்பிக்கை'.

'பூஸ்ட்' என்றால் 'எனர்ஜி'.

பொசிஷனிங் என்பது நம் ப்ராண்டுக்கு ஓராயிரம் அர்த்தம் கொடுக்கும் முயற்சி அல்ல. ஒரு அர்த்தம். ஒரே ஒரு அர்த்தம். வாடிக்கையாளர் மனத்தில் நச்சென்று அடித்து அவர் புத்தியில் பச்சக் என்று ஒட்டிக்கொள்ளக் கொடுக்கும் ஒரு அர்த்தம். ஒரே ஒரு அர்த்தம்.

'நல்லி' என்றால் என்ன தோன்றுகிறது உங்களுக்கு?

'பட்டு' என்று பட்டென்று தோன்றியதா இல்லையா? அதுதான் பொசிஷனிங்.

'சரவணா ஸ்டோர்ஸ்' என்றால் என்ன தோன்றுகிறது உங்களுக்கு?

'விலை குறைவு' என்று மனம் நிறையத் தோன்றியதா இல்லையா? அதுதான் பொசிஷனிங்.

'மைலோ' என்றால் என்ன தோன்றுகிறது உங்களுக்கு?

....

என்ன, ஒரு எழவும் தோன்றவில்லையா?

சரி விடுங்கள். 'அக்வா ஃப்ரெஷ்' என்றாலாவது எதாவது தோன்றுகிறதா?

....

என்ன, பேச்சு மூச்சையே காணோம்.

இப்போது புரிந்திருக்குமே ஏன் 'மைலோ' மயானத்துக்குச் சென்றது என்று. இப்போது தெரிந்திருக்குமே 'அக்வா ஃப்ரெஷ்' கக்குவான் வந்து காலமானது எதனால் என்று!

ஏனெனில் அந்த இரண்டு ப்ராண்டுகளும் சரியாக பொசிஷனிங் செய்யப்படவில்லை. வாடிக்கையாளர்களுக்கு, 'நீங்கள் இந்தக் காரணத்தால் எங்களை வாங்கவேண்டும்' என்று சொல்ல வில்லை. அதனால் ப்ராண்ட் என்ற தகுதி பெறாமல் தேய்ந்து,

மார்க்கெட்டிங் பஞ்ச மாபாதகங்கள்

காணாமல் போயின. பொசிஷனிங்கின் முக்கியத்துவம் இப்போது புரிகிறதா? பொசிஷனிங் இல்லாத பொருள்கள் ப்ராண்டுகளே இல்லை. பொசிஷனிங் இல்லை என்றால் விற்பனையே இல்லை.

பொசிஷனிங்கில் சொதப்புவதுதான் பஞ்சமா பாதகங்களிலேயே முதன்மையானது என்று உறுதியாகச் சொல்வேன். பொசிஷனிங் இல்லாது இருந்தாலோ, இல்லை பொசிஷனிங் சரிவரச் செய்யப் படவில்லை என்றாலோ அந்தப் பொருளுக்குத் தோல்வி நிச்சயம். மரணம் கேரண்டி.

வாடிக்கையாளர் ஒரு பொருளை எதற்கு வாங்குகிறார்? அந்தப் பொருளை வாங்குவதால், அதை உபயோகிப்பதால் தனக்கோ தன் குடும்பத்துக்கோ ஏதோ ஒரு பயன் இருக்கிறது என்று நம்புகிறார். அந்தப் பயன்தான் பொசிஷனிங். பொசிஷனிங் இல்லை என்றால் அந்தப் பொருளை வாங்கிப் பயனில்லை என்றுதானே அர்த்தம். பொசிஷனிங் சரியாக இல்லை என்றால் அந்தப் பொருளால் பெரிதாக ஏதும் பிரயோஜனம் இல்லை என்று தானே பொருள். அதனால்தான் சொல்கிறேன், பொசிஷனிங் இல்லாத எந்தப் பொருளும் ப்ராண்ட் என்ற அந்தஸ்தைப் பெறுவதில்லை. மார்க்கெட்டிங் ஊரிலிருந்து அவை தள்ளி வைக்கப்பட்டு, 'அவுகள ஆரும் பாக்கக்கூடாது, அவுகளுக்கு ஆரும் தண்ணி கொடுக்கக்கூடாது' என்று வாடிக்கையாளர் பஞ்சாயத்தில் தீர்ப்பு சொல்லிவிடுகிறார்!

ஒரு பொருளுக்கான பொசிஷனிங்கை நிர்ணயிப்பதுதான் மார்க்கெட்டரின் முக்கியப் பொறுப்பு. தாங்கள் விற்கும் பொருள் வகையை அலசி ஆராய்ந்து, தாங்கள் விற்க நினைக்கும் வாடிக்கையாளரின் குணாதிசயங்களைத் தூண்டித் துருவி, தங்கள் போட்டியாளர்களின் பொசிஷனிங்கை அக்கு வேறு ஆணி வேறாகப் பிரித்துப் பார்த்து, தங்கள் ப்ராண்டுகளுக்கு தனித்துவ மான ஒரு பொசிஷனிங்கை அளிக்கவேண்டும். மார்க்கெட்டர் பொசிஷனிங் செய்யவில்லை என்றால் ஒவ்வொரு வாடிக்கை யாளரும் தங்கள் இஷ்டத்துக்கு அந்த ப்ராண்டுக்கு பொசிஷனிங் கொடுக்கத் தொடங்கிவிடுவர். நான்கு பேர் நான்கு விதமாக ஒரு ப்ராண்டைப் பார்த்தால் அது விகாரமாக, எந்த ஒரு பயனுக்காகவோ பொசிஷனிங்குக்காகவோ நிற்காமல் வெகு சீக்கிரம் நான்கு பேர் தூக்கிக்கொண்டு போகும் நிலையை அடைந்துவிடும்.

ஒரு பொருளை மார்க்கெட்டர்தான் பொசிஷனிங்மூலம் வாடிக்கையாளருக்கு அறிமுகம் செய்கிறார். அவர் கூறினால் தானே வாடிக்கையாளர்களுக்குத் தெரியும், அந்தப் பொருளைப் பற்றி; அதன் பயன்களைப் பற்றி; அதன் தரத்தைப் பற்றி. ஒரு இண்டர்வ்யூவுக்குச் செல்கிறீர்கள் என்று வைத்துக் கொள்வோம். உங்கள் அருமை பெருமைகளை நீங்கள்தானே அங்கே விளக்க வேண்டும். நான் இதைல்லாம் படித்திருக்கிறேன்; இங்கெல் லாம் வேலை செய்திருக்கிறேன்; இதை இதையெல்லாம் சாதித் திருக்கிறேன்; இந்த இந்தப் பரிசுகளையெல்லாம் வென்றிருக் கிறேன் என்று நாமே நம்மைப் பற்றிச் சொன்னால் தானே அவர்களுக்குத் தெரியும். அவர்கள் வேண்டுமானால் நீங்கள் சொன்னது சரியா இல்லை புருடாவா என்று சோதித்துப் பார்க்கலாம். அவ்வளவே. நாமே நம்மைப் பற்றி எப்படிச் சொல்லிக்கொள்வது என்று 'தேமே' என்று இருந்தால் 'மேமே' என்று புல் மேயத்தான் போகவேண்டும்.

அதே கதைதான் மார்க்கெட்டிங்கிலும். நம் பொருள் எத்தனை தரத்தோடு இருந்தாலும் பொசிஷனிங் சரியாகச் செய்யப் பட்டிருக்கவேண்டும். அது சரியாகச் சொல்லப்பட்டிருக்க வேண்டும். இரண்டில் எங்கு தவறு இருந்தாலும் பொருளை விற்பது முடியாத காரியம் ஆகிவிடும்.

ஒரு பொருளின் தரத்தை விடவும் முக்கியமான விஷயம் பொசிஷனிங்தான். 'பொசிஷனிங் என்பது தரத்தை விடவும் முக்கியமா? இது ஆனாலும் ரொம்ப ஓவர்' என்று நீங்கள் நினைக்கலாம். விளக்குகிறேன்.

கால் வெடிப்பு நிவாரணியான 'வாஸலீன் ஹீல் கார்ட்' கதையைப் பார்ப்போம். சுமார் பதினைந்து வருடங்களுக்குமுன் கோலாகலமாக அறிமுகப்படுத்தப்பட்ட ப்ராண்ட் இது. இந்துஸ்தான் யூனிலீவரின் தயாரிப்பு. இந்த ப்ராண்ட் மார்க்கெட்டுக்கு வருவதற்கு முன்னாலேயே 'க்ராக்' என்ற ப்ராண்ட் அறிமுகப்படுத்தப்பட்டிருந்தது. காலில் வெடிப்பு இருந்தால் அதைப் பொது இடங்களில் மறைத்துக்கொள்ள வேண்டியிருக்கும்; காலில் வெடிப்பு இருப்பது தெரிந்தால் உலகம் உங்களைப் பரிகசிக்கும்; உங்களை ஏளனம் செய்யும் என்று கூறி விற்றுவந்த ப்ராண்ட் அது. மிக நன்றாகவே விற்றும் வந்தது.

இதனிடையேதான் வாஸலீன் அறிமுகப்படுத்தப்பட்டது. 'ஆரோக்கியமான கால்களுக்கு வாஸலீன்' என்பதுதான் இந்த ப்ராண்டின் பொசிஷனிங். டீவி, ரேடியோ, பத்திரிகைகள் என்று ஏகத்துக்கும் விளம்பரங்கள் கொடுத்தும் மார்க்கெட்டில் போனி ஆகாமல் தவித்தது. சரி, ப்ராண்ட் தரத்தில்தான் ஏதாவது குறை இருக்கும்போல் இருக்கிறது என்று சந்தேகப்பட்டு வாஸலீனையும் க்ராக்கையும் சேர்த்துப் பரிசோதித்துப் பார்த்துவிடுவது என்று முடிவு செய்யப்பட்டது. ரொம்ப சிம்பிளான ஒரு டெஸ்ட் மூலம்.

காலில் வெடிப்பு உள்ள முப்பது பெண்மணிகள் தேர்ந்தெடுக்கப் பட்டார்கள். அவர்களுக்கு வாஸலீன் ஹீல் கார்டும் க்ராக்கும் இலவசமாகக் கொடுக்கப்பட்டு தினம் இரவு படுக்கப் போகுமுன் வலது காலில் வாஸலீனும் இடது காலில் க்ராக்கும் தடவிக் கொள்ளுமாறு கேட்டுக் கொள்ளப்பட்டனர். இரண்டு வாரம் கழித்து அந்தப் பெண்களின் பாதங்களைப் பரிசோதித்துப் பார்த்தபோது வாஸலீன் ப்ராண்ட் விற்பவர்களுக்கு ஒரே ஆச்சரியம். அனைத்துப் பெண்களின் வலது கால் வெடிப்பு முழுவதுமாக மறைந்துவிட்டிருந்தது. வாஸலீன் ஹீல் கார்ட் தயவினால். ஆனால் அவர்கள் இடது கால்களிலோ கால் வெடிப்பு கால் சதவீதம்கூட மறையவில்லை. அதாவது க்ராக் வேலை செய்யவில்லை என்பதும் வாஸலீன் ஹீல் கார்ட் அதி சிறந்தது என்பதும் திட்டவட்டமாகத் தெரிந்தது.

இதனால் இன்னமும் உத்வேகத்துடன் வாஸலீன் விளம்பரங்கள் முடக்கி விடப்பட்டன. என்ன ஆனது? விற்பனை பிய்த்துக் கொண்டு போனதா? ஆமாம், விற்பனை பிய்த்துக்கொண்டுதான் போனது.

க்ராக்குக்கு!

வாஸலீன் ப்ராண்டுக்கே வெடிப்பு வந்து நொண்டி நொண்டி, கடைசியில் வீல் சேர் கேசாகி அதன்பின் கோமா நிலைக்குப் போய், இப்போது ஐசியூவில் அட்மிட் ஆகி, உறவுக்காரர் களுக்கெல்லாம் சொல்லி அனுப்பும் நிலைமை.

எதனால் இது?

வாடிக்கையாளர்கள் முட்டாள்களா? இல்லை, தவறு அவர்கள் மீது இல்லை. வாஸலீன் ஹீல் கார்ட் பொசிஷனிங்கில்தான்

தவறு. இமாலயத் தவறு. கால் வெடிப்பு இருப்பதால் ஒரு பெண்மணிக்கு என்ன கஷ்டம்? வலி இருக்கும், ஓகே. ஆனால் அந்தப் பெண்மணியின் பெரிய கவலை ஒரு கோயிலிலோ, ஏதேனும் விசேஷத்திலோ கீழே உட்காரும்போது கால் வெடிப்பு மற்றவர்களுக்குத் தெரிந்தால் கூச்சமாக இருக்கும். இதனால் புடைவையை இழுத்து இழுத்துப் பாதங்களை மறைக்க வேண்டியிருக்கும். ஓரேடியாகப் புடைவையை இழுத்துக் கொண்டே இருந்தால் அது வேறு அவிழ்ந்து தொலைத்தால் இன்னமும் அசிங்கமாகப் போய்விடும். பெண்களின் இந்த பிரச்னையை மையப்படுத்தி 'கால் வெடிப்பை நீக்குகிறோம், இனி பொது இடங்களில் கூச்சப்படத் தேவையில்லை' என்று க்ராக் பொசிஷனிங் செய்யப்பட்டு விற்கப்பட்டதால் பெண்மணிகள் மனத்தில் பளிச்சென்று ஒட்டிக்கொண்டுவிட்டது.

ஆனால் வாஸலீன் ஹீல் கார்டோ, 'ஆரோக்கியமான பாதங் களுக்கு' என்று பொசிஷனிங் செய்திருந்தது. ஆரோக்கியமான இதயம் என்றால் ஏற்றுக்கொள்ளலாம். ஆரோக்கியமான கூந்தல் என்றால் ஒப்புக்கொள்ளலாம். ஆரோக்கியமான சருமம் என்றால் ஓகே சொல்லலாம். யாருக்கு வேண்டும் ஆரோக்கியமான பாதங்கள்? வாஸலீன் விற்பனையில் தொய்வடைந்து நோய் வாய்ப்பட்டு இழுத்துக்கொண்டிருப்பதின் காரணம் இதுதான். வாடிக்கையாளரைக் கவராத பொசிஷனிங், இருந்தும் ஒன்று தான் இல்லாதிருந்தாலும் ஒன்றுதான்.

இதனால் நமக்குத் தெரியவேண்டிய பாடம் நிதர்சனம். என்ன தான் உங்கள் ப்ராண்ட் உலகத்தரத்துடன் உருவாக்கப்பட்டிருந் தாலும் பொசிஷனிங் சரியாகச் செய்யப்பட்டிருக்கவேண்டும். வாஸலீன் ஹீல் கார்ட் கதையையும் அதற்கு ஏற்பட்ட கதியையும் எப்போதும் நினைவில் நிறுத்திக்கொள்ளுங்கள்.

பொருள்கள் பொசிஷனிங் செய்யப்படவேண்டும் என்பது எவ்வளவு அவசியமோ அந்த பொசிஷனிங் புதிதாக, ஏற்கெனவே அதே பொருள் வகையில் வேறு எந்த ப்ராண்டும் தராததாக இருத்தலும் அவசியம். வேறு ஒரு பொருள் கொடுக்கும் அதே பயனை உங்கள் பொருளும் கொடுத்தால் அதை ஏன் வாடிக்கையாளர் வாங்கவேண்டும்? 'நோ தேங்க்ஸ், இந்தப் பயன் ஏற்கெனவே எனக்குக் கிடைக்கிறது' என்று போய்விடுவார்.

‘ஃபா’ சோப் நினைவிருக்கிறதா? ‘புத்துணர்ச்சி ஊட்ட வல்லது ஃபா சோப்’ என்று படாடோபத்துடன் அறிமுகப்படுத்தப் பட்டது. இருந்தும் தோல்வியுற்றது இந்த ப்ராண்ட். ஏன்? நாம் குளிப்பதே புத்துணர்ச்சி பெறத்தானே. அதைத் தானே அளிக்கிறேன் என்கிறது இந்த ப்ராண்ட். பின் எதனால் தோல்வி?

ஏனெனில், சோப் ப்ராண்டுகளில் புத்துணர்ச்சி என்றாலே ‘லிரில்’தான் என்று ஏற்கெனவே வாடிக்கையாளர் மனங்களில் பளார் என்று பசுமரத்தாணி போல் லிரில் சோப் பதிந்துவிட்டது. திடீரென்று ஃபா தோன்றி ‘நான் உங்களுக்குப் புத்துணர்ச்சி அளிக்கிறேன்’ என்றவுடன் ‘த்தோடா, புதுசா பழைய மேட்டரக் கொடுக்க வந்துட்டாரு’ என்று வாடிக்கையாளர்கள் அதை நிராகரித்துவிட்டார்கள். ஃபா சோப்பில் நுரை வந்ததோ என்னவோ எனக்குத் தெரியாது. ஆனால் விற்க முடியாமல் அந்த ப்ராண்ட் மூச்சுத் திணறி, நாக்கு வெளியே வந்து, வாயில் நுரை தள்ளி, ரேழியில் போடும் நேரத்தை நெருங்கிக்கொண்டிருக் கிறது. அதன் ஆத்மா சாந்தி அடைவதாக!

நாம் இதுவரை பார்த்த பொசிஷனிங் என்பது ஏதோ பொருள் களுக்குத்தான் என்று எண்ணிவிடாதீர்கள். வாழ்க்கையில் எந்த விஷயத்துக்கும் பொசிஷனிங் இருக்கவேண்டும். இருக்கும். மனிதர்களுக்குமே பொசிஷனிங் அவசியம்.

இளையராஜா என்றால் ‘இனிமையான இசை’

ரஜினிகாந்த் என்றால் ‘ஸ்டைல்’

கமலஹாசன் என்றால் ‘வெரைட்டியான ரோல்கள்’

வீரேந்திர சேவாக் என்றால் ‘அடிதடி ஆட்டம்’

ஏவிஎம் சரவனன் என்றால் ‘சதா கையை கட்டிக்கொண்டு நிற்கும் தயாரிப்பாளர்’

இத்தனை ஏன்? உங்கள் நண்பர்களைப் பற்றி நினைத்துப் பாருங்கள். அவர்களின் ஏதோ ஒரு அம்சம் மட்டுமே பிரதான மாக உங்கள் மனக்கண்களுக்குத் தெரியும். தெரியவேண்டும். அப்படி எதுவும் தெரியவில்லை என்றால் அவர் அப்படி ஒன்றும் உங்களுக்கு நெருங்கிய நண்பராக இருக்க மாட்டார்.

பொருட்களையோ மனிதர்களையோ விடுங்கள். ஊர்களும் இடங்களும்கூட பொசிஷனிங் செய்யப்பட வேண்டும். செய்யப்பட்டிருக்கும்.

'கோவா' என்றால் 'பீச்'

'பாண்டிச்சேரி' என்றால் 'சரக்கு!'

'டி. நகர்' என்றால் 'கடைத்தெரு'

பொசிஷனிங்கின் மகிமை இப்போது புரிகிறதா? சரி, பொசிஷனிங் எப்படிச் செய்யப்படவேண்டும்? அதற்குண்டான வழிமுறைகள் என்னென்ன? இந்த சூட்சமத்தைச் சுருக்கமாக 'பாவ நிவர்த்தி ஹோமம்' பகுதியில் பார்க்கலாம். படித்துப் பயன் பெறலாம்.

மார்க்கெட்டர்களில் பலரும் இந்த பொசிஷனிங்கின் மகிமையை மதிப்பதில்லை. அதனால் வழுக்கி விழுந்த ப்ராண்டுகள் எக்கச்சக்கம். வழக்கொழிந்து போன ப்ராண்டுகள் ஏராளம். வாழா வெட்டியாக நிற்கும் ப்ராண்டுகள் அநேகம்.

ஹீரோ கம்பெனி பெண்களுக்கென்று பிரத்யேகமாக 'ப்ளெஷர்' என்கிற ஸ்கூட்டரை அறிமுகப்படுத்தியது உங்களுக்கு நினைவிருக்கலாம். இப்போது அந்த ப்ராண்ட் விற்க வக்கில்லாமல் விக்கிக்கொண்டு, இப்பவோ அப்பவோ என்று இழுத்துக் கொண்டிருக்கிறது. ஏன் இந்த நிலமை? காரணம் ப்ராண்டுக்குத் தெளிவான பொசிஷனிங் இல்லாததுதான். எதற்காக வாடிக்கையாளர்கள் அதனை வாங்கவேண்டும் என்று வரையறுக்காததால் 'ப்ளெஷர்' விற்க முடியாமல் ஹீரோவுக்கு ஏகப்பட்ட 'ப்ரெஷர்'!

பொசிஷனிங் இல்லாமல் தோல்வியடைந்த ப்ராண்டுகள் பலப்பல உண்டு. 'ஃபியட் பேலியோ', 'டிவிஎஸ் ஸ்பெக்ட்ரா', 'க்யுடிக்கூரா டியோடரண்ட்' என்று ஒரு பட்டாளமே உண்டு. இத்தனைக்கும் இந்த ப்ராண்டுகளுக்குக் கோடிக் கணக்கில் விளம்பரம் செய்யப்பட்டது. செய்யப்பட்டுக் கொண்டிருக்கிறது. என்ன பிரயோஜனம்? விற்பனைதான் இல்லை பாவம் இந்த ப்ராண்டுகளுக்கு. தெளிவான, திறமையான பொசிஷனிங் இல்லாத ப்ராண்டுகளுக்கு எத்தனை செய்தாலும் அது மார்க்கெட் விழலுக்கு இறைக்கப்படும் விளம்பர நீர் என்பதை நன்றாகப் புரிந்துகொள்ளுங்கள்.

இத்தனை ஏன்? 'பாபா' திரைப்படம் தோல்வியடைந்தது எதனால் என்று நினைக்கிறீர்கள்? அது நல்ல படமோ, நொள்ளைப் படமோ. ஆனால் சூப்பர் ஸ்டார் ரஜினிகாந்த் படம்போல் இல்லை என்பதுதான் காரணம். ரஜினி என்றால் ஸ்டைல். ரஜினி என்றால் பஞ்ச் டயலாக். ரஜினி என்றால் நூறு பேரைப் பந்தாடுவது. அப்படிப் பார்க்கும்போது பாபா, ஒரு ரஜினி படமே இல்லை. அவரைத் தெய்வமாக வேண்டுமானால் அவருடைய ரசிகர்கள் பார்க்கலாம். ஆனால் அவரையே தெய்வமாகத் திரையில் பார்க்க மறத்தமிழன் தயாராக இல்லை. பாபா தோல்விடைந்தது. அந்தத் தோல்வி, பொசிஷனிங்கில் சொதப்பியதால் அடைந்த தோல்வி!

சரி, ஒரு ப்ராண்டின் பொசிஷனிங் தவறாக அமைந்துவிட்டது. அதற்கு வேறு ஒரு புது பொசிஷனிங் கொடுக்க முடியுமா? வெகு கடினம். பெரும் முயற்சி செய்யவேண்டியிருக்கும். வெற்றிக்கு கேரண்டி கிடையாது. ஆனால் முயற்சி செய்தே ஆகவேண்டும். ஒருத்தருக்கு கேன்சர் வந்துவிட்டது என்பதற்காக அப்படியே விட்டுவிடுகிறோமா? அவர் நலம் பெற, ஆண்டவன்மேல் பாரத்தைப் போட்டுவிட்டு, நம்மால் ஆன முயற்சிகளைச் செய்து பார்க்கிறோம் அல்லவா, அது போலத்தான்.

தமிழ் டீவி சேனல்களை எடுத்துக்கொள்வோம். 'சன் டீவி' நம்பர் ஒன் சேனல். அதற்கு அடுத்த இடத்தில் ஆளே இல்லாத அளவுக்குப் பெருவாரியான லீடிங்கில் சன் டீவி ஒரு காலத்தில் இருந்தது. மற்ற தமிழ் சேனல்களான 'ஜெயா டீவி', 'ராஜ் டீவி', 'கலைஞர் டீவி' போன்ற ப்ராண்டுகள் வெகு தூரத்தில் இருந்தன. அவற்றோடு ஒன்றாக, ஓரமாக, ஒதுங்கி, ஒடுங்கித்தான் இருந்தது 'விஜய் டீவி'யும். இரண்டு வருடங்களுக்கு முன்புவரைகூட.

அப்போதுதான் விழித்துக்கொண்டது விஜய் டீவி. சன் டீவி நம்பர் ஒன்றாகத் திகழ்கிறது. சரி, நாம் அட்லீஸ்ட் நம்பர் டூவாகவாவது இருக்கலாமே? அதற்கு என்ன செய்வது என்று மூளையைக் கசக்கியபோது பல கேள்விகள் அவர்களுக்குத் தோன்றியது.

விஜய் டீவி என்றால் என்ன?

யார் நம்மைப் பார்க்கிறார்கள்?

விஜய் டீவியின் பொசிஷனிங் என்ன?

கேள்விகள் கிடைத்ததே ஒழிய விடைகள் தெரியவில்லை. அப்போதுதான் அவர்களுக்கு உண்மை உறைத்தது. 'ஆஹா, நம்மைப் பற்றி நமக்கே தெரியவில்லையே, அப்புறம் எங்கிருந்து மக்களுக்குத் தெரியப் போகிறது? அவர்களுக்குத் தெரிந்தால்தானே நம்மைப் பார்க்கப் போகிறார்கள்' என்பது புரிந்தது. இன்னொரு தமிழ் சேனலாக, பத்தோடு பதினொன்றாகத்தான் நாம் இருக்கிறோம்; பொசிஷனிங் சரியாக இல்லை; இதை முதலில் சரி செய்யவேண்டியது அவசியம் என்று உணர்ந்து அதற்கேற்ப வேலைகளை முடுக்கிவிட்டது.

சன் டீவியின் பலம் அதன் படங்கள், சீரியல்கள், குடும்ப நிகழ்ச்சிகள் போன்றவை. அதையே நாமும் கொடுத்து வருவதால் தான் நமக்கென்று ஒரு தனித் தன்மை இல்லாமல் போகிறது என்பதை உணர்ந்தது. சன் டீவி பெரியவர்களைக் குறி வைத்து அவர்களை கவர் செய்வதால், நாம் ஏன் இளைஞர்களை கவர் செய்யக்கூடாது என்று சிந்தித்தது. விஜய் டீவியை ஒரு யூத்ஃபுல் சேனலாக மாற்றி, கலகலவென்று காலேஜ் கேம்பஸைப்போல் ஆக்கினால் என்ன என்று யோசித்ததன் விளைவுதான் இன்று நாம் விஜய் டீவியில் பார்த்து ரசிக்கும் நிகழ்ச்சிகள். சூப்பர் சிங்கர், காலேஜ் மற்றும் பள்ளி மாணவர்களைச் சுற்றிப் பின்னப்படும் சீரியல்கள், டான்ஸ் போட்டிகள், இசை நிகழ்ச்சிகள் போன்றவை.

'லகலகலகலக' என்று அழுது வடிந்துகொண்டிருக்கும் மற்ற சேனல்களிடமிருந்து தன்னை மாற்றி அமைத்துக்கொண்டு 'கலகலகலகல'வென்று, இன்று விஜய் டீவி என்றாலே குஷி, கும்மாளம் என்று மாற்றி அமைத்துக்கொண்டுவிட்டதன் விளைவு தமிழ் சேனல்களில் நம்பர் டூ இடத்துக்கு வந்திருக்கிறது. இன்று சன் டீவியே கவலைப்படும் அளவுக்கு நம்பர் ஒன் இடத்தை நோக்கி முன்னேறிக்கொண்டிருப்பதற்கு, திருத்தி அமைத்துக் கொள்ளப்பட்ட அதன் பொசிஷனிங்கே காரணம்.

உங்கள் ப்ராண்டுக்கு அழகான, அருமையான வேறு எந்த ப்ராண்டுக்கும் கிட்டாத பொசிஷனிங் கிடைத்துவிட்டதா? உயிரைக் கொடுத்தாவது அதை கெட்டியாகப் பிடித்துக் கொள்ளுங்கள். மற்றவருக்குத் தாரை வார்த்துத் தொலைக் காதீர்கள். பொசிஷனிங் கிடைப்பது புதையல் கிடைப்பது போல. அதைப் பொத்திப் பாதுகாத்துப் போற்றிப் புகழ வேண்டும் என்பதைப் புரிந்துகொள்ளுங்கள்.

பொசிஷனிங் பற்றி இன்னுமொரு விஷயத்தையும் விளக்குவது அவசியமாகிறது. என்னிடம் நிர்வாக ஆலோசனை பெற விழையும் சில தொழிலதிபர்கள், 'இந்த பொசிஷனிங் எல்லாம் நாங்கள் விற்கும் பொருளுக்குப் பயன்படாது. இன்னும் சொல்லப்போனால் நாங்கள் விற்கும் பொருளுக்கு பொசிஷனிங் செய்வது முடியாத காரியம்' என்று கூறுவதைக் கேட்டிருக் கிறேன். அவர்களுக்கு நான் அளிக்கும் பதிலை உங்களிடமும் கூற விரும்புகிறேன்.

நாம் முன்னேயே பார்த்ததுபோல் வாழ்க்கையில் எதையும் பொசிஷனிங் செய்யலாம். செய்யவேண்டும். சாதாரன தீப்பெட்டியை எடுத்துக்கொள்வோம். நாம் தினம் உபயோகிக்கும் பொருள். மகா மகா சாதாரணப் பொருள். அதை வாங்குவதிலேகூட நமக்கு சர்வ அலட்சியம். கடைக்குச் சென்று, 'வத்திப்பெட்டி ஒண்ணு கொடுப்பா' என்று பொதுவாகக் கேட்டுத்தான் வாங்குகிறோம். என்றைக்காவது யாராவது ஒரு ப்ராண்ட் பெயரைச் சொல்லித் தீப்பெட்டி வாங்கிப் பார்த்திருக் கிறீர்களா? அந்த மகா சாதாரணத் தீப்பெட்டியை பொசிஷனிங் செய்ய முடியுமா? இது நடக்கிற காரியமா?

தாராளாமாகச் செய்ய முடியும். தயங்காமல் செய்யவும் வேண்டும். இத்தனை ஏன்? தீப்பெட்டியைக்கூட ஒரு கம்பெனி அமர்க்களமாக பொசிஷனிங் செய்து, அருமையாக வடிவமைத்து, அமோகமாக இன்று விற்றுக்கொண்டிருக்கிறதே. 'ஹோம் லைட்ஸ்' என்கிற அந்த ப்ராண்ட் செய்த மாய வித்தையை மறந்துவிட்டீர்களா? தங்களை மற்றவர்களிட மிருந்து வித்தியாசப்படுத்திக்கொண்டு, மற்ற ப்ராண்டுகள் அளிக்காத பயன்களை வாடிக்கையாளர்களுக்குப் பரவலாகக் கொடுத்துக்கொண்டு, தங்களுக்கென்று தனித்துவமாக ஒரு பொசிஷனிங் கொடுத்த அந்த ப்ராண்டின் ஜாலத்தைக் கவனிக்கத் தவறிவிட்டீர்களா? இதோ பற்றவைக்கிறேன் அந்தக் கதையை.

தீப்பெட்டி என்பதே ஆண்களின் சௌகரியத்துக்குத்தான் காலகாலமாக வடிவமைக்கப்பட்டிருந்தது. அவர்கள் சட்டைப் பையில் செட்டப்பாக இருக்கவேண்டும் என்பதற்காகவே சின்னதாகச் செய்யப்பட்டு வந்தது. ஆனால் தீப்பெட்டியை அதிகமாகப் பயன்படுத்துவது பெண்கள்தானே. ஏனோ எல்லாத் தீப்பெட்டி ப்ராண்டுகளும் இந்த அடிப்படை விஷயத்தை அடியோடு மறந்துவிட்டன.

மற்ற சின்ன தீப்பெட்டி ப்ராண்டுகளை உபயோகிப்பதில் பெண்களுக்கு மூன்று பெரிய தலைவலிகள் இருந்துவந்தன. முதலாவது, தீப்பெட்டியின் சின்ன சைஸ். என்னதான் தினம் உபயோகித்தாலும் சமையலறையில் ஈரக் கையுடனும் எண்ணெய் வழியும் விரல்களுடனும் பெண்கள் சின்ன தீப்பெட்டியைக் கொண்டு அடுப்பை ஏற்ற ரொம்பவே அவதிப்பட்டனர்.

இரண்டாவது பிரச்னை முளைத்தது பெண்கள் குத்துவிளக்கை ஏற்றும்போது. நம்மூர் செண்டிமெண்ட் படி ஒரே குச்சியைக் கொண்டுதான் குத்துவிளக்கின் ஐந்து முகங்களையும் ஏற்றவேண்டும் என்கிற காரணத்தால் ஒரு சின்னக் குச்சியை வைத்துக்கொண்டு விரலை சுட்டுக்கொண்டுதான் பெண்கள் விளக்கேற்றி வந்தனர்.

மூன்றாவது அவதி, கரண்ட் கட்டின்போது. வீட்டில் அதுவும் இரவு நேரங்களில் மின்சாரக் கோளாறு ஏற்பட்டுக் கும்மிருட்டாகும்போது 'மெழுகுவத்தியை ஏற்றுவோம்' என்று தீப்பெட்டியைத் தேடினால் அதுவரை நாம் தொலைத்த அனைத்துப் பொருட்களும் கையில் அகப்படும். பாழாய்ப்போன அந்தச் சின்ன தீப்பெட்டி மட்டும் கண்ணுக்கே தெரியாது. கையிலேயே அகப்படாது!

இத்தனை பிரச்னைகள் இருந்தும் தீப்பெட்டிகள் ஆண்களின் வசதிக்காகச் சின்னதாக வடிவமைக்கப்பட்டிருந்தனவே ஒழிய பெண்களின் பிரச்னையை யாரும் கவனித்ததாகவே தெரிய வில்லை. பார்த்தது விம்கோ என்னும் கம்பெனி. இந்தப் பிரச்னையைத் தீவிரமாக ஆராய்ந்தது. 'எல்லா ஆண்களும் தீப்பெட்டி உபயோகிப்பதில்லை. ஆனால் எல்லாப் பெண்களும் தீப்பெட்டி உபயோகிக்க வேண்டியுள்ளது. அவர்களுக்கோ சின்ன சைஸ் தீப்பெட்டியால் ஏகப்பட்ட அவதிகள். இதற்கு என்ன செய்வது' என்று சிந்தித்தது.

தீப்பெட்டிகள் எதற்காக ஆண்களின் வசதிக்காக மட்டும் உருவாக்கப்படவேண்டும்? தீப்பெட்டிகள் எதற்காகச் சின்னதாக இருக்கவேண்டும்? பெரிய சைஸில் தீப்பெட்டி செய்தால் என்ன? அதில் உள்ள குச்சிகளைப் பெரியதாக, தடிமனாகச் செய்தால் தான் என்ன? அந்தப் பெட்டியின் மீது இருளில் ஒளிரும் பொருளை ஒட்டிவைத்தால் இருட்டில்கூட அதைக்

கண்டுபிடிக்க முடியுமே? இத்தனை கேள்விகளையும் தங்களைத் தாங்களே கேட்டுக்கொண்டது.

இந்தக் கேள்விகளுக்கான விடைதான் இன்று நீங்கள் வாங்கும் 'ஹோம் லைட்ஸ்'!

பெரிய சைஸ் தீப்பெட்டி என்பதால் மிகச் சௌகரியமாக பெண்கள் அடுப்பை ஏற்றலாம். அடுப்பென்ன அடுப்பு. ஹோம் லைட்ஸ் தீப்பெட்டி கொண்டு வீட்டையே ஏற்றலாம்!

குச்சிகள் பெரியதாக, தடிமனாக இருப்பதால் ஐந்து முகங்களைக் கொண்ட குத்து விளக்கைக்கூட ஒரே குச்சியால் ஏற்றலாம். இதனால் பெண்கள் செண்டிமெண்ட் பேணிப் பாதுகாக்கப் படுவதோடு கை விரலைச் சுட்டுக்கொள்ளவும் தேவையில்லை.

மூன்றாவதாக, தீப்பெட்டியின் மீதுள்ள ஒளிரும் பொருளால் கரண்ட் போனால்கூட இருட்டில் தீப்பெட்டி நன்றாகப் பளிச்சென்று கண்ணுக்குத் தெரியும்.

இத்தனை வசதிகளுடன் ஹோம் லைட்ஸ் அறிமுகப்படுத்த பட்டு, மார்க்கெட்டில் இன்று சக்கைப் போடு போடுகிறது. எந்தத் தீப்பெட்டியை பொசிஷனிங் செய்ய முடியாது என்று தயாரிப்பாளர்கள் நினைத்தனரோ அதே தீப்பெட்டியை விம்கோ நிறுவனம், தங்களை வித்தியாசப்படுத்தி பொசிஷனிங் செய்து வெற்றி பெற்றிருக்கிறது. மற்ற தீப்பெட்டிகள் ஒரு ரூபாய்க்கு விற்கப்பட, ஹோம் லைட்ஸின் விலையோ ஐந்து ரூபாய். அதாவது ஐந்து பங்கு அதிக லாபம். 'தீப்பெட்டி கொடுப்பா' என்று பொதுவாகக் கடைக்காரரிடம் கேட்டவர்கள், இன்று 'ஹோம் லைட்ஸ் கொடுப்பா' என்று கேட்டு வாங்கிச் செல்கின்றனர்.

எந்தப் பொருளையும் பொசிஷனிங் செய்யலாம். செய்ய வேண்டும். செய்வது அவசியம். செய்தால் 'அடி தூள்'. செய்ய வில்லை என்றால் உங்கள் ப்ராண்டே 'தூள் தூள்'! தீப்பெட்டி யிலிருந்து சவப்பெட்டி வரை, முகப்பவுடரிலிருந்து ப்ளீச்சிங் பவுடர்வரை, பழரசம் முதல் பாதரசம்வரை, சலூன் முதல் பலூன்வரை எல்லாப் பொருளையும் பொசிஷனிங் செய்ய வேண்டும். செய்தால்தான் வெற்றி. செய்ய முடியாது, செய்யத் தேவையில்லை என்று காஷுவலாக விட்டால் காய்ச்சல் வந்து காணாமல் போகவேண்டியதுதான்.

ஒரு பொருளுக்கு பொசிஷனிங் செய்யும்போது சில கோட்பாடு களை நினைவில் நிறுத்திக்கொள்வது பயன் தரும். அந்தக் கோட்பாடுகளை இப்போது பார்ப்போம்.

உங்கள் ப்ராண்ட் சிறந்த தொழிற்திறன் கொண்டதாக இருக்கலாம். அதற்காக அந்த தொழிற்திறனையே பொசிஷனிங் என்று நினைத்துவிடாதீர்கள். அந்தத் தொழிற்திறனால் வாடிக்கையாளருக்கு என்ன பயன் என்று பாருங்கள். அந்தப் பயன்தான் பொசிஷனிங்காக இருக்கவேண்டும். கியர் இல்லாத பைக் என்கிற தொழிற்திறன்தான் பொசிஷனிங் என்று மார்க்கெட்டில் தோல்வியடைந்த ஹீரோ ஹோண்டா ஸ்ட்ரீட்டுக்கு ஏற்பட்ட கதியைத்தான் ஏற்கெனவே பார்த்தோமே.

பொசிஷனிங் என்பது, உங்கள் ப்ராண்டை வித்தியாசப்படுத்திக் காட்டுவதற்கு என்பது உண்மைதான். ஆனால் அந்த வித்தியாசத் தால் வாடிக்கையாளர்களுக்கு ஏதாவது பயன் இருக்கவேண்டும். சும்மாவேனும் வித்தியாசப்படுத்தவேண்டும் என்பதற்காக வித்தியாசப்படுத்தி பொசிஷனிங் செய்வதால் ஒரு பிரயோஜனமும் இல்லை. பிரச்னைதான் மிஞ்சும்.

உதாரணத்துக்கு, 'கவின் பால்' 120 நாட்கள்வரைகூடக் கெட்டுப் போகாமல் இருக்கும் தன்மை வாய்ந்தது என்று பொசிஷனிங் செய்து விற்க முயற்சி செய்கிறது. வித்தியாசமான முயற்சிதான். வேறு எந்தப் பால் ப்ராண்டும் தராத பயன்தான். இல்லை என்று சொல்லவில்லை. ஆனால் யாராவது 120 நாட்கள்வரை பாலை வைத்திருப்பார்களா? இல்லை, அத்தனை நாள் கழித்துத்தான் அந்தப் பாலை உபயோகிப்பார்களா? அது என்ன ஸ்காட்ச்சா? 12 வருடம் பாட்டிலில் வைத்துப் பின் சாவகாசமாகப் பருகுவதற்கு. வித்தியாசம் இருக்கவேண்டியதுதான். ஆனால், அது பயனுள்ள வித்தியாசமாக இருக்கவேண்டும். கவின் பாலை யார் வாங்குவார் என்று எனக்குப் புரியவில்லை.

ஒரு ப்ராண்டை பொசிஷனிங் செய்யும்போது அந்தப் பொருள் வகையை வாடிக்கையாளர் எப்படி அணுகுகிறார்; அந்தப் பொருள் வகையைப் பற்றி அவருடையன் எண்ணங்கள், நம்பிக்கைகள் என்ன என்பதை எல்லாம் முதலில் அறிந்து கொண்டு பொசிஷனிங் விளையாட்டை ஆடுவது பயன் தரும். உதாரணத்துக்கு, ஆண்டிசெப்டிக் மருந்துகளை எடுத்துக் கொள்வோம். உடம்பில் ஒரு காயம் பட்டால் உடனே

டெட்டால் போடு என்கிறோம். ஆனால் அதைப் போட்டால் எரியுமே என்றும் கவலைப்படுகிறோம். இருந்தாலும் வேறு வழியில்லாமல் போட்டுத் தொலைக்கிறோம்.

'எஸ்.சி. ஜான்சன்' என்னும் கம்பெனி இதைப் பார்த்தது. 'ஆஹா, அருமையான ஐடியா. எரியாத ஒரு ஆண்டிசெப்டிக் மருந்தை அறிமுகப்படுத்தினால் என்ன, டெட்டால் உபயோகித்து எரிந்துகிடக்கும் அத்தனை வாடிக்கையாளர்களையும் அப்படியே அள்ளிக்கொண்டு போய்விடலாமே' என்று 'சேவ்லான்' என்ற ப்ராண்டை அறிமுகப்படுத்தியது. 'இதைப் போட்டால் எரியவே எரியாது' என்று பொசிஷனிங் செய்து விளம்பரப்படுத்தியது.

'எரியாத ஆண்டிசெப்டிக்கா? எரியவில்லை என்றால் பின் அது எப்படி வேலை செய்யும்?' என்று வாடிக்கையாளர்கள் மனத்தில் சந்தேகம் சிறிய சைஸில் எரியத் தொடங்கியது. இது கொழுந்து விட்டு எரிந்து சேவ்லானில் எரிச்சல் இல்லை என்றால் அப்போது அது வேலையே செய்யாது என்று முடிவே கட்டினர். 'எரிந்தால் எரிந்து தொலைக்கட்டும்' என்று டெட்டாலைக் கட்டிக்கொண்டு அழுதனர். எரிச்சல் அதிகமானது எஸ்.சி. ஜான்சனுக்குத்தான். சேவ்லானை இன்றுவரை விற்க முடியாமல் திணறுகிறது.

சரியாக பொசிஷனிங் செய்யவில்லை என்றால் உங்கள் ஐடியாவை இன்னொரு ப்ராண்ட் அபகரித்து, அதையே உங்களைவிட இன்னமும் அழகாக வாடிக்கையாளர்களுக்கு வழங்கி, உங்களுக்குப் பெப்பே காட்டிவிட்டுப் போய்விடும். அப்பேற்பட்ட ஒரு கதைதான் நீங்கள் இப்போது படிக்கப் போவது.

அதற்குமுன் உங்களிடம் ஒரு கேள்வி. பெண்களுக்கான முதல் ஸ்கூட்டரெட் எது என்று சொல்லுங்கள்?

'ஸ்கூட்டி' என்கிறீர்கள்.

அழகான, அமர்க்களமான, அட்டகாசமான, அருமையான... ஆனால் அநியாயத்துக்குத் தவறான விடை!

பெண்களுக்கான முதல் ஸ்கூட்டரெட் 'சன்னி'. பஜாஜ் கம்பெனி அறிமுகப்படுத்திய ப்ராண்ட் அது. புதிதாக அறிமுகப்படுத்தி

விட்டால் போதுமா? சரியான பொசிஷனிங் செய்யப்படாததால் 'சன்னி' கன்னி கழியாமலேயே காலமானது.

'பெண்களுக்கென்று பிரத்தியகமாக, அவர்களின் வசதிக்கு ஏற்ப, கூட்டமான பஸ்ஸிலிருந்து, அடாவடி ஆட்டோக்களிடமிருந்து விடுதலை தரத்தக்கதாக, எங்கு வேண்டுமானாலும் எப்போது வேண்டுமானாலும் செல்லும் சுதந்தரத்தை அளிக்கக்கூடிய ப்ராண்ட்' என்ற பொசிஷனிங்குடன் 'ஸ்கூட்டி'யை அறிமுகப் படுத்தியது நம்மூர் 'டீவிஎஸ் மோட்டார்ஸ்'. அன்று அமர்க்கள மாக விற்க ஆரம்பித்த ப்ராண்ட் இன்றும் நிற்காமல் ஓடிக் கொண்டிருக்கிறது. எல்லாம் பொசிஷனிங் பரமாத்மாவின் பிரத்யேக அருள் பிரவாகத்தால்தான்!

பொசிஷனிங்கின் மகத்துவம் இந்நேரம் உங்களுக்குப் புரிந்திருக்கும். அடுத்த அத்தியாயத்துக்குப் போகும்முன் இதோ இன்னொரு பொன் வாக்கு:

'பொசிஷனிங் இல்லா ப்ராண்டுகள் பேலன்ஸ் இல்லாமல் பரிதவிக்கும்.பொசிஷனிங் உள்ள ப்ராண்டுகள் நம் பேங்க் பேலன்ஸை அதிகரிக்கும்!'

பாவ நிவர்த்தி ஹோமம்

பொசிஷனிங் விளையாட்டை விளையாடச் சுலபமான வழி எந்தப் பொருள் வகையிலும் முதல் ப்ராண்டாக நுழைவதுதான். முதல் ப்ராண்ட் பெரும்பாலும் மார்க்கெட்டில் வெற்றி அடைகிறது. எந்தப் பொருள் வகையை நீங்கள் எடுத்துப் பார்த்தாலும். இதோ சாம்பிளுக்குச் சில:

தமிழ் கேபிள் சேனல்களில் நம்பர் ஒன் ப்ராண்ட் 'சன் டீவி'.

தமிழ்ப் பத்திரிகைகளில் நம்பர் ஒன் ப்ராண்ட் 'ஆனந்த விகடன்'.

பிசினஸ் பத்திரிகைகளில் நம்பர் ஒன் ப்ராண்ட் 'எகனாமிக்ஸ் டைம்ஸ்'.

சோப்புகளில் நம்பர் ஒன் ப்ராண்ட் 'லைஃப்பாய்'.

நகலெடுக்கும் இயந்திரங்களில் நம்பர் ஒன் ப்ராண்ட் 'ஜெராக்ஸ்'.

ஜலதோஷ நிவாரனிகளில் நம்பர் ஒன் ப்ராண்ட் 'விக்ஸ்'.

எல்லா ப்ராண்டுகளுமே அதன் பொருள் வகையில் முதல் ப்ராண்டாக நுழைந்தவை. முதன்மையாக விளங்குபவை.

முதலாவதைத் தெரிந்த நமக்கு இரண்டாவது அல்லது அதற்கு அடுத்து இருப்பது தெரிவதில்லை. பொசிஷனிங்கின் ஆதாரத் தத்துவமே இதுதான். வாடிக்கையாளர் மனத்தில் முதலில் நுழையும் ப்ராண்ட் வெற்றி பெறுகிறது. இதற்கு உளவியல் ரீதியான காரணம் உண்டு. வாழ்க்கையில் முதலில் நாம் பார்த்த, படித்த, சுவைத்த, அனுபவித்த, உபயோகித்த விஷயங்கள் மனத்தில் ஸ்ட்ராங்காக ஒட்டிக்கொண்டு விடுகின்றன.

முதல் காதல், முதல் முத்தம், முதல் சிகரெட் எதையும் மனம் மறப்பதில்லை. அதேபோல்தான் முதலில் வந்த ப்ராண்ட் நம் மனத்தில் சத்தமில்லாமல் புகுந்து, சட்டென்று டெண்ட் போட்டு, சப்ஜாடாகக் குடிகொண்டு விடுகிறது. மார்க்கெட்டருக்கும் அந்த ப்ராண்டை பொசிஷனிங் செய்வது எளிதாகிவிடுகிறது.

சரி, உங்கள் ப்ராண்ட் முதலில் நுழைவில்லை. நீங்கள் நுழைய விரும்பும் பொருள் வகையில் ஏற்கெனவே பல ப்ராண்டுகள் இருக்கின்றன என்று வைத்துக்கொள்வோம். அப்போது என்ன செய்வது?

அதற்கும் ஒரு எளிதான வழி உள்ளது. அதே பொருள் வகையில் முதல் ப்ராண்டாக நுழைய முயல்வதுதான்! 'அது எப்படி, ஏற்கெனவே அந்தப் பொருள் வகையில் நிறைய ப்ராண்டுகள் உள்ளனவே, அதில் எப்படி முதலில் நுழைய முடியும்' என்று நீங்கள் யோசிப்பது புரிகிறது. ஒரு உதாரணம் கொண்டு இதை விளக்குகிறேன்.

டூத்பேஸ்ட் மார்க்கெட்டில் எக்கச்சக்க ப்ராண்டுகள் இருக் கின்றன. 'கோல்கேட்', 'ப்ராமிஸ்', 'பெப்ஸொடெண்ட்', 'கோபால் பல்பொடி', 'டாபர்', 'மெஸ்வாக்', 'சிக்னல்' என்று ஏகப்பட்ட ப்ராண்டுகள். இத்தனை ப்ராண்டுகள் இருக்கும் இந்தப் பொருள் வகையில் எப்படி ஒரு புதிய ப்ராண்ட் முதல் ப்ராண்டாக நுழைய முடியும்?

முடியும். 'க்ளோஸ் அப்' நுழைந்ததுபோல. 'க்ளோஸ் அப்' ஒரு டூத்பேஸ்ட் அல்ல. அது ஒரு டூத் ஜெல். ஆக, டூத்பேஸ்டாக வந்திருந்தால் அந்த ப்ராண்ட் இன்னேரம் காணாமல்கூடப் போயிருக்கலாம். ஆனால் பல் தேய்க்க உதவும் பொருள்

வகையில் ஜெல் என்கிற புதிய பிரிவை உருவாக்கி அதில் முதலில் நுழைந்ததால் இன்று டூத்ஜெல் ப்ராண்டுகளில் நம்பர் ஒன் ப்ராண்டாகத் திகழ்கிறது க்ளோஸ் அப்.

ஆக, ஏற்கெனவே கூட்ட நெரிசலில் இருக்கும் ஒரு பொருள் வகையில் நுழையும்போது அந்த நெரிசலின் ஊடே புதிய ஒரு பொருள் பிரிவை உருவாக்க முடியுமா என்று பாருங்கள். அதில் முதல் ப்ராண்டாக நுழையுங்கள். தீர்ந்தது பொசிஷனிங் பிரச்சனை.

ஷாம்பு மார்க்கெட்டை எடுத்துக்கொள்ளுங்கள். 'க்ளினிக் ப்ளஸ்', 'சன்சில்க்', 'சிக்', 'வெல்வெட்', 'பேண்டீன்', 'ஆயுர்', 'நைல்', 'க்ளினிக் ஆல் க்ளியர்' என்று ஒரு பட்டாளமே தலையில் நுரைத்துக்கொண்டு ஒன்றுக்கொன்று முறைத்துக்கொண்டு இருந்த காலத்தில் 'கவின்கேர் கம்பெனி' 'மீரா' என்கிற ப்ராண்டை அறிமுகப்படுத்தியது. ஆனால் கவின்கேர் மீராவை ஷாம்புவாக நுழைக்காமல் முதலில் 'சீயக்காய் பேஸ்டாக' நுழைந்தது. முதலில் வரும் ப்ராண்ட் நம்பர் ஒன்னாக வருவது எளிது என்பதற்கு ஏற்ப மீரா அந்தப் பொருள் வகையில் அன்று முதல் இன்று வரை கொடிகட்டிப் பறந்துகொண்டிருக்கிறது. 'வெள்ளிக்கிழமை மங்கலம் பொங்க மனம் மகிழ உடலும் குளிர மீரா சீயக்காய் பவுடர் கொண்டு நீராடு' என்கிற அந்த அழகான விளம்பரப் பாடலைப் பாடிக் கொண்டே நம் வீட்டுப் பெண்கள் குளிப்பதை எத்தனை முறை நாமே கேட்டிருப்போம்!

பொசிஷனிங் செய்ய வேறு ஏதாவது உத்தி உண்டா? பேஷாக உண்டு. உதாரணத்துக்கு உங்கள் ப்ராண்ட் பல காலம் மார்க்கெட்டில் இருக்கிறதா? அதற்கென்று ஒரு வரலாறு இருக்கிறதா. கெட்டியாகப் பிடியுங்கள் அதை. ஏனெனில் சில பொருள் வகைகளில் அதுவே ஒரு சிறந்த பொசிஷனிங் ஆக அமையலாம். 'நூறு வருடப் பாரம்பரியம் மிக்க பேங்க்' என்று 'இந்தியன் வங்கி' கூறுவதைப்போல.

உங்கள் ப்ராண்டுக்கு பொசிஷனிங் செய்துவிட்டீர்கள். அந்த பொசிஷனிங் சரியானதுதானா என்பதை எதை வைத்து அறுதியிடுவது?

மூன்று விஷயங்களைக் கொண்டு.

முதலாவது, பொசிஷனிங், குழப்பம் இல்லாமல், தெளிவாக இருப்பது மிக அவசியம். லக்ஸ் என்றால் கவர்ச்சி. பாண்ட்ஸ் என்றால் 'மென்மை'. சிம்பிளாக இருந்தால்தான் சிறப்பு. எளிதாக இருந்தால்தான் ப்ராண்டுக்கு ஏற்றம்.

இரண்டாவது, பொசிஷனிங், வாடிக்கையாளருக்குப் பயன் தருவதாக இருப்பது மிக முக்கியம். உங்கள் பிரதாபத்தைக் காட்ட அல்ல பொசிஷனிங். வாடிக்கையாளருக்குப் பயனைத் தரத்தான் பொசிஷனிங். உதராணத்துக்கு, லைஃப்பாய்தான் உலகத்திலேயே அதிகமாக விற்பனை ஆகும் சோப். ஆனால் அது அல்ல லைஃப்பாயின் பொசிஷனிங். ஏன்? 'உலகில் அதிகமாக விற்பனையானால் எனக்கென்னய்யா? எனக்கு என்ன கிடைக்கும் இந்த சோப்பை உபயோகிப்பதால்' என்றுதான் வாடிக்கையாளர் யோசிப்பார். அதனால்தான் லைஃப்பாய், 'கிருமிகளிடமிருந்து காப்பாற்றி ஆரோக்கியம் அளிக்கும் சோப்' என்று பொசிஷனிங் செய்து விளம்பரம் செய்கிறது. விற்பனையும் அமோகமாக இருக்கிறது.

மூன்றாவது, பொசிஷனிங், காலாகாலத்துக்கு நீடிப்பதாக இருப்பது முக்கியம். ஹிந்து பத்திரிகையின் பொசிஷனிங் 'நம்பகத்தன்மை'. இன்றல்ல, நேற்றல்ல, அந்தப் பத்திரிகை ஆரம்பித்ததுமுதல். அதாவது சுமார் 140 வருடங்களாக அதே பொசிஷனிங். பொசிஷனிங் என்பது உங்கள் பெயர்போல. நீங்கள் இருக்கும்வரை இருக்கவேண்டும். நீங்கள் போட்டும் சட்டையைப் போல் அல்ல; மாற்றிக்கொண்டே இருப்பதற்கு.

5

ப்ராண்ட் எக்ஸ்டென்ஷன் 'உளறல்'

உங்களுக்குக் கொழு கொழுவென்று அழகாக ஒரு பெண் குழந்தை பிறக்கிறது என்று வைத்துக் கொள்வோம். அவளுக்கு ஆசையாக 'ப்ரியா' என்று பெயர் வைக்கிறீர்கள். அதன்பின் கையையும் காலையும் வைத்துக்கொண்டு சும்மாவா இருப் பீர்கள்? இன்னொரு குழந்தையையும் பெற்றெடுக் கிறீர்கள். அதுவும் அழகான பெண் குழந்தை என்று வைத்துக்கொள்வோம். அப்படியே கொழுகொழு வென்ற அச்சாக ப்ரியாவைப் போலவே இருக் கிறாள். அவளுக்கு என்ன பெயர் வைப்பீர்கள்?

ப்ரியா 2?

ப்ரியா ப்ளஸ்?

ப்ரியா அல்ட்ரா?

ப்ரியா டீலக்ஸ்?

ப்ரியா எக்ஸ்ட்ரா?

இப்படியா பெயர் வைப்பீர்கள்? அவளுக்கும் ஓடி அலைந்து, தேடித் திண்டாடி வேறொரு அழகான

பெயரை வைப்பீர்களா, மாட்டீர்களா? அப்படி என்றால் உங்கள் ப்ராண்டுகளுக்கு மட்டும் ஏன் ஒரே பெயரை வைக்கிறீர்கள்? 'சன் டீவி', 'சன் நியூஸ்', 'சன் மியூசிக்', 'சன் டைரக்ட்', 'சன் மூவீஸ்' என்பதுபோல்.

இப்படிச் செய்வது ப்ராண்டைப் பாழும் கிணற்றில் தள்ளுவது. அதுவும் பத்தாது என்று அதன்மேல் பாறாங்கல்லைத் தூக்கிப் போடுவது. இதை உணராமல், உணர்ந்தும் திருந்தாமல், தறிகெட்டு, திக்குத் தெரியாமல், தடம் புரண்டு, தோல்வி அடைந்த ப்ராண்டுகள் அநேகம். ஒழிந்த ப்ராண்டுகள் ஓராயிரம்.

'ஆங்கர் ஸ்விட்சுகள்' விற்கின்றன என்பதற்காக 'ஆங்கர் டூத்பேஸ்ட்' அறிமுகப்படுத்தப்பட்டது. என்ன ஆனது? ப்ராண்ட் வியூகத்தில் சொத்தை, அதனால் இன்று ஆங்கர் டூத்பேஸ்ட் விற்பனையில் தொய்வு.

'சிக் ஷாம்பு' அமோகமாக விற்கிறது என்பதற்காக அதே பெயர், முகப்பவுடருக்கு வைத்து வாடிக்கையாளர்களுக்கு வழங்கப் பட்டது. எறும்புப் பவுடரையாவது போட்டுக்கொள்வோமே ஒழிய சிக் முகப்பவுடரைத் தொட மாட்டோம் என்று வாடிக்கையாளர்கள் ஒதுக்கிவிட்டனர். சிக் பவுடர் விற்க வக்கில்லாமல் பக்கென்று படுத்துவிட்டது.

'மீரா சீயக்காய் பவுடர்' சக்கைப் போடு போடுகிறதே என்று 'மீரா சோப்' கொண்டுவரப்பட்டது. குளிக்காமல் வேண்டுமானால் இருந்துவிடுகிறோம் என்று மக்கள் அதை ஒதுக்க, மீரா சோப் குளியலறையிலேயே நல்லடக்கம் செய்யப்பட்டது.

இப்போது 'மீரா கேசப் பராமரிப்பு எண்ணெய்' என்கிற ஒரு ப்ராண்ட் அறிமுகப்படுத்தப்பட்டிருக்கிறது. இதுவாவது விற்கிறதா என்றால் அதுவும் இல்லை. முக்கி முனகி, திக்கித் திணறி, தத்தளித்துக்கொண்டிருக்கிறது. காரியம் செய்ய அய்யருக்குச் சொல்லி அனுப்பவேண்டியதுதான் பாக்கி.

'ஹார்லிக்ஸ் பானம்' நன்றாக விற்கிறது. அதற்காக 'ஹார்லிக்ஸ் பிஸ்கெட்டுகள்' மார்க்கெட்டில் இறக்கப்பட்டன. ஒரு நாளாவது அதை வாங்கியிருப்பீர்களா? நானும் வாங்கவில்லை. கோடானு கோடி இந்தியர்களும் வாங்கவில்லை. 'இப்பாங்க் குப்பாங்க் சப்பாங்' என்று ஹார்லிக்ஸ் பானம் சக்கைப் போடு

போட, ஹார்லிக்ஸ் பிஸ்கெட்டோ 'இப்பவோ அப்பவோ சத்தாங்' என்று இழுத்துக்கொண்டிருக்கிறது.

கல்யாணராமன் என்று ஒரு தமிழ்ப்படம் ஹிட் ஆனது என்பதற்காக அதே குழுவினர் 'ஜப்பானில் கல்யாணராமன்' என்று அந்தப் படத்தின் இரண்டாம் பாகத்தை எடுத்தனர். அந்தப் படம் வந்த சுவடும் தெரியவில்லை. ஓடிய சத்தமும் கேட்கவில்லை. போட்ட பணமும் திரும்பவில்லை.

பட்டுக் கொண்டு திருந்தினரா சினிமாக்காரர்கள் என்றால் அதுதான் இல்லை. 'பில்லா' என்கிற அஜீத் குமாரின் படம் பெரிய ஹிட் ஆனது என்பதற்காக ஆசையோடு அலைந்து கொண்டு 'பில்லா 2' என்று இரண்டாம் பாகமாக எக்ஸ்டெண்ட் செய்தனர். என்ன ஆனது? பில்லா 2, கல்லா கட்ட முடியாமல் ஃபுல்லாக ஃப்ளாப் ஆகி எல்லாப் பணமும் பறி போனது!

இது போன்ற ப்ராண்டுகளையும் அதன் தோல்விகளையும் இன்னமும்கூட அடுக்கிக்கொண்டே போகலாம். ப்ராண்ட் எக்ஸ்டென்ஷன் என்கிற இந்த மடத்தனத்தின் மயக்கத்தில் மார்க்கெட்டர்கள் உண்மையை உணர மறக்கிறார்கள். எடுத்துச் சொன்னால் கேட்க மறுக்கிறார்கள்.

உலகமெங்கும் நிர்வாகவியல் கல்லூரிகளில் மார்க்கெட்டிங் வகுப்புகளில் மறக்காமல் சொல்லிக்கொடுக்கப்படுகிற சித்தாந்தம் இது. ஒரு பொருள் வகையைச் சேர்ந்த ப்ராண்ட் நன்றாக விற்கும்போது அதே பெயரை இன்னொரு பொருள் வகைக்கு வைத்து விற்க முற்படும்போது ஏற்கெனவே வாடிக்கையாளர்களிடம் நல்ல பெயர் எடுத்திருக்கும் அந்த ப்ராண்டில் மயங்கி வாடிக்கையாளர்கள் புதிய பொருள் வகையையும் வாங்குவார்கள். ப்ராண்டை இழுத்து நீட்டித்து இன்னொரு பொருள் வகைக்கும் அதே பெயரை வைக்கும் இந்த உத்திக்கு ப்ராண்ட் எக்ஸ்டென்ஷன் என்று பெயர். பெயர் வைத்ததோடு மட்டுமில்லாமல், இந்தச் சித்தாந்தத்தைச் சீராட்டி, பாராட்டி, சோறூட்டி நாளொரு மேனியும் பொழுதொரு வண்ணமுமாக வளர்த்து வருகிறார்கள் மார்க்கெட்டர்கள். இந்தியாவில் மட்டுமல்ல. உலகமெங்கும் இதே கதைதான்.

மார்க்கெட்டர்கள் எப்படிச் சிந்திக்கிறார்கள் என்பதை 'லக்ஸ் சோப்' உதாரணம் கொண்டு பார்ப்போம். லக்ஸ் என்றால்

'கவர்ச்சி'. பெண்கள் கவர்ச்சியான சருமத்துக்கும் தோற்றத் துக்கும் ஆசைப்படுகிறார்கள். அதனால் லக்ஸ் சோப்பை வாங்கு கிறார்கள். லக்ஸூம் அதனால் கோடிக்கணக்கில் விற்கிறது. பலே.

பெண்கள் கவர்ச்சியான கேசத்துக்கும் ஆசைப்படுகிறார்கள். எனவே லக்ஸ் பெயரிலேயே ஒரு ஷாம்புவையும் அறிமுகப் படுத்தினால் என்ன? லக்ஸ் என்றால் கவர்ச்சி என்றுதானே பொசிஷனிங் செய்திருக்கிறோம்? அதனால் லக்ஸ் பெயரிலேயே ஷாம்புவையும் கொடுத்தால் பெண்கள் லக்ஸ் சோப்புடன் லக்ஸ் ஷாம்புவையும் வாங்கி உபயோகிப்பார்களே? பலே பலே.

இப்படித் நினைத்துத்தான் லக்ஸ் ஷாம்புவை அறிமுகப்படுத்தி னார்கள் இந்துஸ்தான் யூனிலீவர் நிறுவனத்தினர். சரியான எண்ணம்தானே என்று உங்களுக்கும் தோன்றுகிறது அல்லவா? உங்கள் அறிவுக் கண்ணைத் திறக்கவேண்டிய நேரம் வந்து விட்டது. காதையும் திறந்து வையுங்கள். சொல்கிறேன். மனத்தையும் திறந்து வையுங்கள். தெளிவாக்குகிறேன்.

லக்ஸ் என்றால் கவர்ச்சி என்பது சரியே. ஆனால் லக்ஸ் என்றால் சோப்பும்கூட. ஒரு ப்ராண்ட் பிரபலம் அடையும்போது அது சார்ந்த பொருள் வகையையும் அது குறிக்க ஆரம்பிக்கிறது. கடைக்குச் சென்று லக்ஸ் வாங்க விழைபவர்கள், கடைக் காரரிடம் 'லக்ஸ் சோப் ஒண்ணு கொடுங்க' என்று கேட்ப தில்லை. மாறாக, 'லக்ஸ் ஒண்ணு கொடுங்க' என்றுதான் கேட்கிறார்கள். அப்படிப் கேட்பதே போதுமானது. ஏன்? லக்ஸ் என்றால் கவர்ச்சி. லக்ஸ் என்றால் சோப். லக்ஸ் என்றால் கவர்ச்சி தரும் சோப். இதுதான் வாடிக்கையாளர்கள் மனத்தில் ஆழமாகப் பதிந்திருக்கிறது. அதை அப்படிப் பதிய வைத்ததே மார்க்கெட்டர்கள்தானே.

அதோடு லக்ஸ் ஷாம்புவைக் கொடுத்தால் என்ன ஆகிறது? வேறு என்ன, குழப்பம்தான்! 'லக்ஸ் கொடுப்பா' என்றால் கடைக்காரர் 'சோப்பா இல்ல ஷாம்புவா' என்று கேட்க 'எதை வாங்குவது என்று உங்களுக்குக் குழப்பம்தான் மிஞ்சும். லக்ஸ் என்றாலே சோப் என்பது போய் லக்ஸ் என்றால் ஷாம்புவும்கூட என்று தெளிவாக்கவேண்டும். தேவையில்லாத வேலை. முடியாத காரியம். அறிவற்ற செயல்.

ஒரு ப்ராண்ட் ஒரு பொசிஷனிங்கைத்தான் பெற்றிருக்க வேண்டும். அதுபோல் ஒரு பொருள் வகையைத்தான் குறிக்க வேண்டும். ஒரே ப்ராண்ட் இரு பொருள் வகையைக் குறிக்க முயல்வது இயலாதது. அப்பேர்ப்பட்ட முயற்சி திருவினை ஆக்காது. திவால்தான் ஆக்கும்!

'வாட்டிகா' என்றால் என்ன தோன்றுகிறது உங்களுக்கு?

கேச எண்ணெய் என்கிறீர்கள், கரெக்ட். இப்போது புரிகிறதா 'வாட்டிகா ஷாம்பு' ஏன் தோற்றது என்று?

'பாராசூட்' என்றால் என்ன தோன்றுகிறது உங்களுக்கு?

தேங்காய் எண்ணெய் என்கிறீர்கள், பலே. இப்போது தெரிகிறதா 'பாராசூட் ஷாம்பு' ஏன் தோல்வி அடைந்தது என்று?

ஒரு ப்ராண்ட் ஒரு பொருள் வகையைத்தான் குறிக்கும். குறிக்கவேண்டும். அதற்கான விடை நாம் வாழும் முறையிலும் நாம் பார்க்கும் பார்வையிலுமே இருக்கிறது.

நாம் இப்போது ஸ்பெஷலிஸ்ட்களை எதிர்பார்க்கிறோம். ஒரு காலத்தில் நம் குடும்பங்களுக்கு, 'குடும்ப டாக்டர்' என்ற நபர் ஒருவர் இருப்பார், நினைவிருக்கிறதா? அவர்களை 'ஜெனரல் ப்ராக்டிஷனர்' (ஜிபி) என்றோ 'லைசென்ஸ்ட் மெடிக்கல் ப்ராக்டிஷனர்' (எல்எம்பி) என்றோ அழைப்பார்கள். நமக்கு உடம்பு சரியில்லை என்றால் அவரிடம்தான் செல்வோம். கண் எரிச்சல் என்றால் அவரிடம்தான் காட்டுவோம். பல் வலி என்றால் அவரிடமே ஓடுவோம். காதில் அடைப்பு என்றாலும் அவரிடமே சென்று அழுவோம். அவரே நம் குடும்பத்துக்குச் சர்வ ரோக நிவாரணி. அவரால் குணப்படுத்த முடியவில்லை என்றால் மட்டுமே அவர் நம்மை ஒரு ஸ்பெஷலிஸ்டிடம் அனுப்பி வைப்பார்.

அப்படி ஒரு காலம் இருந்தது. சில வருடங்களுக்கு முன்புவரை. அவரை நம் வீட்டு விசேஷங்களுக்குக் கூட அழைப்போம். அவரை மற்றவர்களிடம் அறிமுகம் செய்துவைக்கும்போதுகூட, 'இவர்தான் எங்கள் ஃபேமிலி டாக்டர்' என்று பெருமையாக வேறு சொல்வோம். ஆனால் இன்று?

பல் வலியா...ஓடுகிறோம் டெண்டிஸ்டிடம்.

தொண்டையில் புண்ணா... நாடுகிறோம் இஎன்டியை.

கண்ணில் எரிச்சலா... தேடுகிறோம் கண் டாக்டரை.

ஏனெனில் இன்று நாம் ஓடுவது, நாடுவது, தேடுவது ஸ்பெஷலிஸ்டுகளை. குடும்ப டாக்டர் என்கிற சித்தாந்தம் போயே போய்விட்டது. 'ஜிபி'க்களும் 'எல்எம்பி'களும் போயே போய்விட்டனர். இன்று அந்த மாதிரி ஆசாமிகளை சாதாரண டாக்டர்கள் என்கிறோம். வெறும் ஜெனரலிஸ்ட் என்று கூறுகிறோம்.

டெண்டிஸ்டுக்குத்தான் நன்றாகத் தெரியும் பல்லைப் பற்றி; ஜிபிக்கு என்ன தெரியும் என்கிறோம். இஎன்டிக்குத்தான் தொண்டையைப் பற்றிப் புரியும்; ஜிபிக்கு என்ன தெரிந்துவிடப் போகிறது என்கிறோம். கண் டாக்டர்ரைவிடவா தெரியப் போகிறது ஜிபிக்கு என்று அங்கலாய்க்கிறோம். 'ஸ்பெஷலிஸ்டுகள் சார் இவர்கள்!' என்று ஆணித்தரமாக நம்புகிறோம்.

ஏதோ இந்த மட்டும், வலது கண் டாக்டர், இடது கண் டாக்டர் என்று பிரத்தியேகமாக இன்னும் வரவில்லை. அது வரை க்ஷேமம். ஆனால், எவன் கண்டான், ஸ்பெஷலிஸ்ட் பைத்தியம் பிடித்திருக்கும் நமக்கு அது முற்றி, வலது கண் டாக்டர், இடது கண் டாக்டர் என்று தேடிப் போக ஆரம்பித்தாலும் ஆச்சரியப் படுவதற்கில்லை!

இந்த விஷயத்துக்கு இதுதான் கரெக்ட். இந்த நேரத்துக்கு இதுதான் சரி. இந்தப் பிரச்னைக்கு இதுதான் தீர்வு. ஜெனரலிஸ்ட் களுக்கு முழுவதும் தெரியாது, ஸ்பெஷலிஸ்டுகள் தான் சரியானது என்று இன்று நாம் உறுதியாக நம்புகிறோம். அதனால் தான் இன்று எங்கு திரும்பினாலும், எதைப் பார்த்தாலும் ஸ்பெஷலிஸ்டுகள். உதாரணத்துக்கு ஹோட்டல்களை எடுத்துக் கொள்ளுங்கள்.

நல்ல தென்னிந்திய டிபன் வேண்டுமா... 'சரவண பவன்'தான் சூப்பர் என்கிறோம்.

அசைவ பிரியாணி மேட்டரா... 'தலப்பாகட்டு பிரியாணி'தான் ஏ க்ளாஸ் என்கிறோம்.

சுவையான வட நாட்டு சாட் உணவா... 'கங்கோத்திரி' போல் வராது என்கிறோம்.

பீட்ஸா சாப்பிடனும்போல் இருக்கிறதா... 'பீட்ஸா ஹட்'தான் பெஸ்ட் என்கிறோம்.

காரசார அசைவ மீல்ஸ்மீது ஆசையா... 'அஞ்சப்பர்'தான் அமர்க்களம் என்கிறோம்.

யோசித்துப் பாருங்கள். சரவண பவனில் வட இந்திய சாட் ஐடங்கள் கிடைக்கின்றன. அதை எத்தனை பேர் சுவைக்கிறோம்? அஞ்சப்பரில் வெஜிடபிள் பிரியாணி இருக்கிறது. அதை எத்தனை பேர் ஆர்டர் செய்கிறோம். தலப்பாகட்டு பிரியாணியில் மசால் தோசை கிடைக்கிறது. அதைத்தான் தொடுகிறோமா? இல்லை. ஏனெனில், எது எதற்கு எது ஸ்பெஷலிஸ்டோ அதை மட்டுமே எதிர்பார்க்கிறோம். வாங்குகிறோம், சுவைக்கிறோம்.

இது ஸ்பெஷலிஸ்ட்கள் காலம். அதனால்தான் நாம் வாங்கும் ப்ராண்டுகளில் கூட ஸ்பெஷலிஸ்டுகளையே எதிர்பார்க்கத் தொடங்கிவிட்டோம்.

பல் தேய்க்க ஜெல் பேஸ்ட் வேண்டுமானால் நமக்குத் தோன்றும் முதல் பெயர்... 'க்ளோஸ் அப்'. ஏன்? ஏன் என்றால் ஜெல்லில் அதுதான் ஸ்பெஷலிஸ்ட். 'கோல்கேட் ஜெல்' ஏன் தோல்வி அடைந்தது என்று இப்போது புரிகிறதா? ஏனெனில் கோல்கேட் என்றால் நம்மைப் பொருத்தவரை பேஸ்ட். அதனால்தான் ஜெல் என்று வரும்போது அது 'க்ளோஸ் அப்' என்னும் ஸ்பெஷலிஸ்டிடம் தோற்கிறது.

பட்டால் கூடத் தெரியாது என்பது யாருக்குப் பொருந்துமோ பொருந்தாதோ, கோல்கேட் கம்பெனிக்குச் சரியாகப் பொருந்தும். கோல்கேட் கம்பெனி இப்போது 'கோல்கேட் மேக்ஸி ஃப்ரெஷ்' என்ற இன்னொரு ஜெல்லை அறிமுகப் படுத்தியிருக்கிறது. திருந்தாத ஜென்மங்கள். பெயர்தான் மேக்ஸி ஃப்ரெஷ். மினிமம் சேல்ஸ்கூட ஆகாமல் அல்லாடிக் கொண்டிருக்கிறது. இந்த ப்ராண்டுக்கும் சவப்பெட்டி செய்ய ஆர்டர் கொடுத்துவிட்டதாகக் கேள்வி!

பொடுகு போக்கும் ஷாம்பு என்றால் உங்கள் நினைவுக்கு வரும் முதல் பெயர் 'ஹெட் அண்ட் ஷோல்டர்ஸ்'. 1997-ல் அறிமுகப் படுத்தப்பட்ட இந்த ப்ராண்ட் ஒரு காலத்தில் பொடுகு ஷாம்புகளில் நம்பர் ஒன்னாக இருந்த 'க்ளினிக் ஆல் க்ளியர்

ஷாம்பு'வை வந்த சில வருடங்களிலேயே ஓரம் கட்டிவிட்டது. எப்படி?

ரொம்ப சிம்பிள். 'க்ளினிக் ஆல் க்ளியர்' என்பதே 'க்ளினிக் ப்ளஸ் ஷாம்பு'வின் எக்ஸ்டென்ஷன்தானே. அதோடு 'க்ளினிக் ஆக்டிவ்', 'க்ளினிக் ப்ளஸ் ஆயில்' என்று ஏகப்பட்ட எக்ஸ்டென்ஷன்கள் இருந்தன. பொடுகு போவதற்கு வேறு ஷாம்பு இல்லாததால் வேறு வழி இல்லாமல்தான் வாடிக்கை யாளர்கள் 'க்ளினிக் ஆல் க்ளியர்' ப்ராண்டை வாங்கிவந்தார்கள்.

வந்தது ஹெட் அண்ட் ஷோல்டர்ஸ். பொடுகைப் போக்கும் ஒன்றே செய்வேன், அதையும் நன்றே செய்வேன் என்றது. வாடிக்கையாளர்கள் கண்ணுக்கு ஹெட் அண்ட் ஷோல்டர்ஸ், ஸ்பெஷலிஸ்டாகத் தெரிந்தது. க்ளினிக் ஆல் க்ளியரைத் தங்கள் பாத்ரூம்களிலிருந்து க்ளியர் செய்து அந்த இடத்தில் ஹெட் அண்ட் ஷோல்டர்களை வாங்கி வைத்தார்கள். இன்று பொடுகு ஷாம்புகளில் நம்பர் ஒன்னாகத் திகழ்வது ஹெட் அண்ட் ஷோல்டர்ஸ்.

க்ளினிக் ஆல் க்ளியரைத் தயாரிக்கும் இந்துஸ்தான் யூனிலீவருக்கு இப்போது கொஞ்சத்துக்குக் கொஞ்சம் அறிவு வந்து, 'ஆஹா, தப்பு செய்து விட்டோம்' என்று உணர்ந்து 'க்ளினிக் ஆல் க்ளியர்' பெயரை வெறும் 'க்ளியர்' என்று மாற்றி விளம்பரம் செய்து வருகிறது. கண் கெட்ட பிறகு சூரிய நமஸ்காரம் செய்தால் மட்டும் ப்ராண்ட் விற்பனைதான் ஏறுமா, இல்லை தலையில் உள்ள பொடுகுதான் போகுமா! 'க்ளியர்' விற்பனை குறைந்து கொண்டே வருகிறது. அதன் உத்தியிலேயே பொடுகு இருக் கிறது. பெயரிலேயே வில்லங்கம் ஒளிந்திருக்கிறது. பிறகு எங்கிருந்து விற்கும்? விற்க முடியாமல் விக்கும். அவ்வளவே.

ப்ராண்ட் எக்ஸ்டென்ஷன் ஏன் வேலைக்கு ஆகாது என்று இப்போது புரிகிறதா? ப்ராண்ட் பெயரை இன்னொரு பொருள் வகைக்கு நீட்டினால் ஏன் தோற்கிறது என்று இப்போது தெரிகிறதா?

இது தெரிந்தும் மார்க்கெட்டர்கள் இந்த உண்மையை ஒப்புக் கொள்ள மறுக்கிறார்கள். ஏன்? நான் முன்னரே கூறியதுபோல் ப்ராண்ட் எக்ஸ்டென்ஷன் என்பது நிர்வாக கல்லூரிகளில் பாடமாகவே சொல்லிக்கொடுக்கப்படுகிறது. இதைக் கேள்வி

கேட்கத் திராணி இல்லாமல், சிந்தித்துப் பார்க்க நேரம் இல்லாமல் அனைவரும் விழுந்து வணங்கி நமஸ்கரித்து ஏற்றுக்கொண்டுவிட்டார்கள்.

ப்ராண்ட் எக்ஸ்டென்ஷன் என்பது, மார்க்கெட்டர்களுக்கு ஒரு சுலபமான குறுக்கு வழி. 'சிரமப்பட்டு ஒரு ப்ராண்டை உருவாக்கி அதன் பெயரைப் பிரபலப்படுத்திவிட்டோம். இன்னொரு பொருள் வகையை அறிமுகப்படுத்தும்போது எதற்கு மீண்டும் சிரமப்படவேண்டும்? திரும்பியும் எதற்குக் கடினமாக உழைக்கவேண்டும். அந்தப் பிரபலமான ப்ராண்டின் பெயரையே இதற்கும் வைத்துவிட்டால் போகிறது. அந்த ப்ராண்டின் நற்பெயர் இந்த ப்ராண்டுக்கு முதலிலேயே கிடைத்துவிடும். உடனே விற்றுவிடும். நம் வேலை ஈசியாகிவிடும்.' இதுதான் பல மார்க்கெட்டர்களின் எண்ணம். அதாவது குறுக்கு வழியில் போக விருப்பம். நோகாமல் நோம்பு கும்பிட நாட்டம்.

ஆனால் நாம் முன்னே பார்த்ததுபோல் ஒரு ப்ராண்டுக்கு ஒரு அர்த்தம்தான் இருக்கும். இருக்கவேண்டும். ஒரு பொருள் வகையைத்தான் குறிக்கும். குறிக்கவேண்டும். அதை நீட்டி இரண்டு பொருள் வகைகளைக் குறிக்க முற்பட்டால் வாடிக்கை யாளர்கள் அதைச் சீண்ட மாட்டார்கள். ஒரு ப்ராண்டுக்கு இரண்டு அர்த்தங்கள் கொடுக்க முற்பட்டால் 'இது டபுள் மீனிங் டயலாக், குடும்பத்துக்கு ஆகாது' என்று ஒதுக்கிவிடுவார்கள்.

'ரெக்ஸோனா சோப்' ஒரு காலத்தில் விற்பனையில் சாதனை படைத்த சோப். இன்று இருக்கிறதா இல்லையா என்கிற நிலையில் கிடக்கிறது. எதனால் இந்தக் கதி? யாரால் இந்த சோகம்? வேறு யாரால்... 'ரெக்ஸோனா டியோடரண்டால்' தான்!

ரெக்ஸோனா சோப் நன்றாக விற்பனை ஆகிக்கொண்டிருந்த நேரத்தில்தான் ரெக்ஸோனா டியோடரண்ட் அறிமுகப்படுத்தப் பட்டது. முதலில் வந்த டியோடரண்ட் என்பதால் விற்பனை அமோகமாக வளர்ந்து அமர்க்களமாக முதல் இடத்தில் அமர்ந்துகொண்டது. 'ஒரு ப்ராண்ட் ஒரு பொருள் வகையைத் தான் குறிக்கும் என்று சொன்னீரே, இது எப்படிச் சாத்தியம்' என்றுதானே கேட்கிறீர்கள்?

ரெக்ஸோனா டியோடரண்ட் விற்பனை ஏற ஏற, ரெக்ஸோனா சோப்பின் விற்பனை இறங்க ஆரம்பித்தது. இன்று ரெக்ஸோனா சோப் தேய்ந்து, தோய்ந்து, காய்ந்து, நைந்து இருக்கும் இடம் தெரியவில்லை. ஒரு ப்ராண்ட் ஒரு பொருள் வகையைத்தான் குறிக்கும் என்பது புரிகிறதா? ரெக்ஸோனா டியோடரண்ட் என்கிற குஞ்சு மிதித்து ரெக்ஸோனா சோப் என்கிற கோழி க்ளீன் போல்ட்!

இந்த சிக்கன் கதை இத்துடன் முடியவில்லை. ரெக்ஸோனா என்றால் சோப் என்பது போய் கொஞ்சம் கொஞ்சமாய் டியோடரண்ட் என்று ஆனது. குறிப்பாகச் சொல்ல வேண்டும் என்றால் ரெக்ஸோனா என்றால் பெண்களுக்கான டியோடரண்ட் என்று ஆனது. அதைத் தயாரிக்கும் இந்துஸ்தான் யுனிலீவருக்குத் தட்டியது சபலம். ரெக்ஸோனா பெயரைப் பிரபலப்படுத்தி விட்டோம். ஆனால் அதைப் பெண்கள்தான் வாங்குகிறார்கள். சூட்டோடு சூடாக ஆண்களையும் வாங்க வைத்துவிட்டால் விற்பனையை அப்படியே இரட்டிப்பு ஆக்கிவிடலாம் என்று நினைத்தது. சபலம் யாரை விட்டது?

'ரெக்ஸோனா ஃபார் மென்' என்ற புதிய ப்ராண்ட் அறிமுகப் படுத்தப்பட்டது. அதாவது ஆண்களுக்கான ரெக்ஸோனா. ஆண்கள் வாங்கினார்களா அதை?

ஆண்கள் வாங்கியதுபோல் தெரியவில்லை. அதோடு அதுவரை வாங்கிவந்த பெண்களும் அதைக் கொஞ்சம் கொஞ்சமாக நிராகரிக்க ஆரம்பித்தார்கள். ஏன்?

ஆண்களை பொருத்தவரை ரெக்ஸொனா பெண்களுக்கான டியோடரண்ட். பெண்களுக்கோ 'ரெக்ஸோனா ஃபார் மென்' வந்தவுடன் 'ஓஹோ! ரெக்ஸோனா ஆண்களுக்கான டியோடரண்ட்போல் இருக்கிறது' என்று மற்ற ப்ராண்டுகளுக்கு மாற ஆரம்பித்தனர். எந்தப் பெண் ஆண்மையான வாசனையைத் தன் மேனியின்மீது போட்டுக்கொள்ள விரும்புவார்? ரெக்ஸோனாவின் விற்பனை குறையத் தொடங்கிவிட்டது. 'ரெக்ஸோனா ஃபார் மென்' விற்பனையும் சொல்லிக்கொள்ளும் படி இல்லை. உள்ளதும் போச்சுடா நொள்ளைக் கண்ணாதான் இன்று ரெக்ஸோனாவின் கதை!

ஒரு ப்ராண்ட் ஒரு பொருள் வகையைத்தான் குறிக்கும். ஒரு ப்ராண்டுக்கு ஒரு அர்த்தம்தான் இருக்கவேண்டும். ஒரு

ப்ராண்டுக்கு ஒரு பெயர் கொடுத்தால் அதே பெயரை இன்னொரு பொருள் வகைக்கும் கொடுப்பது மகா பாவம். இரண்டாவது குழந்தைக்கும் முதல் குழந்தையின் பெயரையே வைப்பது போல.

இது சில மார்க்கெட்டர்களுக்குத் தெரியாமல் இல்லை. தெரிந்தும் அதை ஏற்க மறுப்பார்கள். தங்கள் சௌகரியத்துக்கு, ப்ராண்ட் எக்ஸ்டென்ஷன் சித்தாந்தத்தைத் திருத்தி அமைத்துக் கொள்வார்கள். உதாரணத்துக்கு, பியர் மற்றும் மது வகை விளம்பரங்கள் டீவியில் அனுமதிக்கப்படுவதில்லை என்பது உங்களுக்குத் தெரியும். பார்த்தது 'கிங்ஃபிஷர் பியர்' தயாரிக்கும் 'யுனைடெட் ப்ரூவரீஸ்' நிறுவனம். 'கிங்ஃபிஷர் மினரல் வாட்டர்' என்ற ப்ராண்டை அறிமுகப்படுத்தி அதை டீவியில் விளம்பரப்படுத்தியது. அதாவது 'கிங்ஃபிஷர் மினரல் வாட்டர்' விளம்பரத்தைப் பார்க்கும்போது வாடிக்கையாளர்களுக்கு 'கிங்ஃபிஷர் பியர்' ஞாபகம்தான் வரும் என்கிற நம்பிக்கையில். நமக்கும் அப்படித்தானே தோன்றுகிறது?

'உலல்லல்லல்ல உலேயோ உலல்லல்லல்ல லேயோ' என்றால் நமக்கு மனத்தில் தோன்றுவது கிங்ஃப்ஷர் மினரல் வாட்டர் இல்லையே. கிங்ஃபிஷர் பியர்தானே! சிந்தித்துப் பாருங்கள். இதைத்தானே மற்ற மார்க்கெட்டர்கள் உணர மறுக்கிறார்கள்.

வாட்டிகா ஷாம்பு விளம்பரத்தைப் பார்க்கும்போது வாடிக்கை யாளர்களுக்கு வாட்டிகா கேச எண்ணெய்தானே ஞாபகத்துக்கு வரும். வாட்டிகா ஷாம்பு பிறகு எப்படி விற்கும்?

லக்ஸ் ஷாம்பு போஸ்டரைப் பார்த்தால் பெண்களுக்கு லக்ஸ் சோப்தானே மனத்தில் தோன்றும். லக்ஸ் ஷாம்பு தோற்றதில் ஆச்சரியமே இல்லையே!

க்ளினிக் ப்ளஸ் எண்ணெய் பாட்டிலைப் பார்த்தால் க்ளினிக் ப்ளஸ் ஷாம்புதானே சிந்தனையில் சீறும். க்ளினிக் ப்ளஸ் எண்ணெய் இறந்தது இதனால்தானே?

இன்னமும் ப்ராண்ட் எக்ஸ்டென்ஷனை மார்க்கெட்டர்கள் கட்டிக்கொண்டு அழுதால் ப்ராண்டையே தாரை வார்த்துவிட்டு அதைவிட ஓவென்றுதான் அழவேண்டியிருக்கும்! இதை எவ்வளவு சீக்கிரம் மார்க்கெட்டர்கள் உணர்கிறார்களோ அவ்வளவுக்கு அவர்களுக்கு நல்லது.

ப்ராண்ட் எக்ஸ்டென்ஷனை ஆதரிக்கும் மார்க்கெட்டர்கள் கூறும் இன்னொரு வாதம் உண்டு. ஒரு ப்ராண்ட் ஒரு பொருள் வகையில் ஒரு வகைப் பயனை கொடுக்கும்போது அதே பயனைக் கொடுக்கும் அதே போன்ற மற்ற பொருள் வகைகளுக்கு அதே பெயரைக் கொடுப்பதில் என்ன தவறு? அப்படிக் கொடுப்பதால் அந்த ப்ராண்டை வாடிக்கையாளர்கள் மனமுவந்து ஏற்றுக்கொள்வார்களே. இதுவும் பைசா பெறாத வாதம். தோல்விக்கு வழிவகுக்கும் வழி.

வீட்டைக் கிருமிகள் இல்லாமல், சுத்தமாக, சுகாதாரமாக வைத்துக்கொள்ள உதவும் பொருள் வகைகளை எடுத்துக் கொள்வோம். வீட்டைச் சுத்தமாக்க உதவும் ஃப்ளோர் க்ளீனர், பாத்ரூம் க்ளீனர் போன்ற பொருள் வகைகளுக்கெல்லாம் ஒரு ப்ராண்ட் பெயரே போதுமானது என்றுதான் பல மார்க்கெட்டர்கள் நினைக்கிறார்கள். ஆனால் மார்க்கெட்டில் நடப்பது என்ன? வாடிக்கையாளர்கள் மனம் கவர்ந்த ப்ராண்டுகள் எவை?

ஃப்ளோர் க்ளீனர் என்றால் மனத்தில் தோன்றும் முதல் ப்ராண்ட், 'லைசால்'.

பாத்ரூம் க்ளீனர் என்றால் எண்ணத்தில் எழும் முதல் ப்ராண்ட், 'ஹார்ப்பிக்'.

கண்ணாடிச் சாமான்களை க்ளீன் செய்ய நாம் வாங்கும் முதன்மை ப்ராண்ட், 'காலீன்'.

அதாவது, இத்தனை பொருள் வகைகளும் நமக்கு அளிப்பது ஒரே பயனை. அதாவது சுத்தமாக்குதல், சுகாதாரமாக வைத்தல். ஆனால் வாடிக்கையாளர் மனத்தில் ஒவ்வொரு பொருள் வகைக்கும் ஒவ்வொரு ஸ்பெஷலிஸ்ட். அந்தந்தத் தேவை களுக்குத் தகுந்த மாதிரி ஒவ்வொரு ப்ராண்ட். தரைக்கு லைசால். பாத்ரூமுக்கு ஹார்ப்பிக். கண்ணாடிகளுக்கு காலீன்.

இத்தைனை பேசுகிறார்களே, நான் ஒன்று கேட்கிறேன். 'ஹார்பிக்' என்கிற ப்ராண்ட் பாத்ரூமை நன்றாக க்ளீன் செய்கிறது, கிருமிகளைப் போக்குகிறது, துர்நாற்றம் இல்லாமல் பாதுகாக்குகிறது. மவுத்வாஷ் என்னும் பொருள் வகையும் இதைத்தானே செய்கிறது. அதற்காக 'ஹார்பிக் மவுத்வாஷ்' என்று அறிமுகப்படுத்தலாமே. பேஷாக இருக்கும்!

ப்ராண்ட் எக்ஸ்டென்ஷனை ஆதரிக்கும் வர்க்கம் கூறும் இன்னொரு நொண்டிச் சாக்கு ஒன்று உண்டு. ஒரு ப்ராண்டை உருவாக்க எத்தனை செலவாகிறது; எவ்வளவு காலம் பிடிக் கிறது; எத்தகைய முயற்சிகள் தேவைப்படுகின்றன. புதிதாக ஒரு பொருள் வகையை அறிமுகப்படுத்தும்போது மீண்டும் எதற்கு அத்தனை சிரமப்படவேண்டும். ஏற்கெனவே வெற்றிகரமாக உள்ள ப்ராண்ட் பெயரையே வைத்தால் பணம் விரயமில்லை; நேரம் மிச்சம்; முயற்சியும் குறைவு.

நாம் முன்னே பார்த்ததுபோல் ஒரு பொருள் வகைக்கு ஒரு ப்ராண்ட்தான் இருக்கவேண்டும். ஒரு ப்ராண்டுக்கு ஒரு அர்த்தம் தான் இருக்கவேண்டும். ஒரு ப்ராண்டுக்கு இன்னொரு அர்த்தம் கொடுக்கவேண்டுமானால் முதலில் அந்த ப்ராண்டுக்கான முதல் அர்த்தத்தை அழிக்கவேண்டும். அதாவது, 'இந்த ப்ராண்டுக்கு இந்த அர்த்தம் என்று நினைத்துக்கொண்டிருந்தீர்கள் அல்லவா; இனி எண்ணத்தை மாற்றிக்கொள்ளுங்கள். இன்றிலிருந்து இந்த ப்ராண்டுக்கு இதுதான் புது அர்த்தம்' என்று வாடிக்கையாளரை மாற்றவேண்டும். இதற்கு இன்னமும்கூட அதிகமாகச் செலவழிக்கவேண்டும். நிறைய மெனக்கெடவேண்டும். எக்கச்சக்கமாக முயற்சிக்க வேண்டும். வாடிக்கையாளர்கள் மனத்தில் ஒன்றை அழித்து அதற்குப்பதில் இன்னொன்றைப் புகுத்த அதிகம் விளம்பரப்படுத்தவேண்டும். ரொம்பவே மெனக்கெட வேண்டும்.

தேவையா இது? அதோடு, இத்தனை சிரமப்பட்டு அர்த்தத்தை மாற்றினால் முதலில் அறிமுகப்படுத்தப்பட்ட பொருள் வகையின் விற்பனை சரிய ஆரம்பிக்கும். இல்லை, இதுதான் தேவையா? ரெக்ஸோனா கதையை மீண்டும் ஒரு முறை இங்கு நினைவுபடுத்திக்கொள்ளவும்.

ஆக, எப்படி ஏற இறங்கப் பார்த்தாலும், எத்தனை கூட்டிக் கழித்து யோசித்தாலும் ப்ராண்ட் எக்ஸ்டென்ஷன் என்பது எக்கச்சக்க டென்ஷன். ஏகப்பட்ட ப்ராப்ளம். ஏறத்தாழ அழிவு. தலையைச் சுற்றித் தூக்கி எறியலாமே இந்த தரித்திரம் பிடித்த சித்தாந்தத்தை.

உங்களுக்கு இப்போது மனத்தில் ஒரு நெருடல் தோன்றலாம். 'டாடா' தன் பெயரைப் பல பொருள் வகைகளுக்கு வைத்திருக் கிறதே? அந்தப் பொருள் வகைகளில் பலதும் நன்றாக

விற்கின்றனவே. அது மட்டும் எப்படி என்று நீங்கள் நினைக்கலாம். ப்ராண்ட் எக்ஸ்டென்ஷன் சரியான சிந்தனை போல்கூட உங்களுக்குத் தோன்றலாம்.

ப்ராண்ட் எக்ஸ்டென்ஷன் வேலை செய்யாது என்று இதுவரை பார்த்தோம். ஆனால் அது வேலை செய்யும். இந்தச் சித்தாந்தம் வேலை செய்ய மூன்று எக்ஸெப்ஷன்கள் - விதிவிலக்குகள் இருக்கின்றன. அந்த மூன்றும் இருந்தால் ப்ராண்ட் எக்ஸ்டென்ஷன் வேலை செய்யும். அதையும் பார்த்துவிடுவோம்.

டாடா ப்ராண்டுகளையே முதலில் எடுத்துக்கொள்வோம். உப்பு முதல் கார்கள் வரை, சாஃப்ட்வேர் முதல் தகவல் தொடர்புச் சேவைவரை டாடாவின் பெயர் பல ப்ராண்டுகளுக்கு வைக்கப்பட்டிருக்கிறது. ஆனாலும் அதில் பல ப்ராண்டுகளின் விற்பனை நன்றாகவே உள்ளன. இதற்கு முதல் காரணம், மூல காரணம், 'டாடா' என்கிற ப்ராண்டின் பின்னணி. நூறு ஆண்டு கால ப்ராண்ட் அது. குழந்தைகள் முதல் பெரியவர்கள்வரை தெரிந்திருக்கும் ப்ராண்ட். நீண்ட வரலாறு உள்ள ப்ராண்ட். அந்த வரலாறுதான் 'டாடா'வை இன்றுவரை காப்பாற்றி வருகிறது.

50 கிலோமீட்டர் ஓடும் தொலை தூர ரேஸ் நடக்கிறது என்று வைத்துக்கொள்வோம். நூற்றுக்கணக்கான போட்டியாளர்கள் பங்கேற்கிறார்கள். நான் உங்களை முதலில் ஓட அனுமதிக் கிறேன். நீங்கள் ஓட ஆரம்பித்து ஒரு மணி நேரம் கழித்து மற்றவர்களை ஓட அனுமதிக்கிறேன் என்று வைத்துக் கொள்வோம். ரேஸின் பாதியில் பார்க்கும்போது நீங்கள்தான் இன்னமும் முன்னணியில் இருப்பீர்கள். நீங்கள்தான் மற்றவர் களைவிட ஒரு மணி நேரம் முன்னாலேயே ஓட ஆரம்பித்து விட்டீர்களே. அதற்காக 'ஆஹா, இவரைப்போல் உண்டா, என்னமாய் ஓடுகிறார்' என்று உங்களைப் புகழ முடியுமா?

மார்க்கெட்டிங் என்னும் ரேஸில் டாடா முதலில் ஓட ஆரம்பித்த ப்ராண்ட். நூறு வருடங்களாக ஓடிக்கொண்டிருக்கும் ப்ராண்ட். மற்ற போட்டியாளர்கள் சமீப காலமாகத்தான் அதே ஓட்டப் பந்தயத்தில் கலந்துகொண்டு ஓட ஆரம்பித்திருக்கிறார்கள். டாடா இப்போது வெற்றி பெறுவதுபோல் தெரிகிறது. இன்னும் கொஞ்சம் காலம் பொறுத்திருங்கள். மற்ற ப்ராண்டுகள் டாடாவை நெருங்கினாலும் ஆச்சரியப்படுவதற்கில்லை.

இப்போதே பாருங்களேன். 'டாடா இண்டிகா' நன்றாக விற்கிறது. ஆனால் 'டாடா இண்டிகோ' விற்க முடியாமல் திணறுகிறது. 'டாடா உப்பு' நன்றாக விற்கிறது. 'டாடா இண்டிகாம்' தொலைத்தொடர்பு சேவை விற்க முடியாமல் முனகுகிறது.

இத்தனை ஏன்? டாடாவின் பெயர் பிரசித்தி பெற்றதுதானே? டாடா என்றால் 'நம்பகத்தன்மை'தானே? அப்போது ஏன் டாடாவின் தயாரிப்பாக இருந்தாலும் 'டைட்டன்' வாட்சுகள் 'டாடா டைட்டன்' என்று அழைக்கப்படுவதில்லை. ஏனெனில், டாடா என்றால் 'மாஸ்' என்றும் அர்த்தம். டைட்டன் ஒரு ப்ரீமியம் வாட்ச். அதற்கு டாடா பெயரை வைத்தால் ஒரு பயல் வாங்க மாட்டான். டாடா டைட்டன் என்று அழைக்க ஆரம்பித்தால் டைட்டனை இதுவரை வாங்கியவர்கள்கூட அதை கழட்டித் தூக்கி எறிந்துவிடுவார்கள்.

டாடா இண்டிகா என்று ஆசையாக அழைக்கிறார்களே. ஏன், டாடா சமீபத்தில் வாங்கிய வெளி நாட்டு கார் கம்பெனி ப்ராண்டான 'ஜாகுவார்' காரை 'டாடா ஜாகுவார்' என்று அழைப்பதில்லை. அதன் இன்னொரு ப்ராண்டான 'லாண்ட் ரோவர்' வண்டியை ஏன் 'டாடா லாண்ட் ரோவர்' என்று மாற்றவில்லை. ஏனெனில் டாடா கம்பெனிக்கு நன்றாகத் தெரியும். அப்படி அழைத்தால் ரத்தன் டாடாவேகூட அந்த கார்களை வாங்க மாட்டார் என்று!

ப்ராண்ட் எக்ஸ்டென்ஷன் வெற்றி பெற இன்னொரு எக்ஸெப்ஷன், மார்க்கெட்டில் போட்டியின்மை என்னும் நிலை இருப்பது. ஒரு ப்ராண்ட் நீட்டப்பட்டு இன்னொரு பொருள் வகைக்கும் வைக்கப்பட்டு அந்தப் பொருள் வகையில் போட்டியாளர்களே இல்லை என்றால் ப்ராண்ட் எக்ஸ்டெஷன் அங்கு கண்டிப்பாக வெற்றி பெறும். போட்டியாளரே இல்லை என்றால் வாடிக்கையாளர்கள் வேறு எதை வாங்க முடியும்?

'ஜான்சன் அண்டு ஜான்சனை' எடுத்துக் கொள்ளுங்கள். குழந்தைகளுக்கான பவுடர், சோப், ஷாம்பு, எண்ணெய், க்ரீம், லோஷன் என்று ஏகப்பட்ட எக்ஸ்டென்ஷன்கள் கொண்ட ப்ராண்ட் அது. ஆனாலும் எல்லாப் பொருள் வகைகளிலும் அந்த ப்ராண்டே நம்பர் ஒன். அதுதான் ஜான்சன் அண்டு ஜான்சனுக்குப் போட்டியாளர்களே இல்லையே.

ஆளில்லா ஊரில் இலுப்பை பூ சர்க்கரை. தனிக் காட்டு ராஜாவாக இருந்தால் நாம் செய்வதுதானே சரி. கேள்வி கேட்க யாருமில்லை. தட்டிக் கேட்கவும் நாதியில்லை. வாடிக்கை யாளர்களுக்கும் வேறு ப்ராண்ட் வாங்க வழியில்லை!

ப்ராண்ட் எக்ஸ்டென்ஷன் வெற்றி பெறும் மூன்றாவது விதி விலக்கை, ஒரு உதாரணம் கொண்டு பார்ப்போம். 'சாம்சங்' கம்பெனி அதே ப்ராண்ட் பெயரில் டீவி செய்கிறது. மொபைல் போன் விற்கிறது. வாஷிங் மெஷின் தயாரிக்கிறது. ஏர் கண்டிஷனரும் கொடுக்கிறது. ஃப்ரிட்ஜையும் தருகிறது. எல்லாப் பொருள் வகைகளுமே ஓரளவேனும் விற்கின்றன. இந்த ப்ராண்ட் எக்ஸ்டென்ஷன் சக்சஸ் எப்படிச் சாத்தியப் படுகிறது?

சாம்சங்கின் போட்டியாளர்கள் யார்? 'எல்ஜி', 'சோனி', 'பேனாசானிக்', 'ஒனிடா', 'வீடியோகான்', 'சான்யோ' என்று ஒரு ப்ராண்ட் படையே உண்டு. ஆனால் அனைத்து ப்ராண்டு களுமே நீட்டப்பட்ட ப்ராண்டுகள் தானே. அத்தனை ப்ராண்டு களும் எக்ஸ்டெண்ட் செய்யப்பட்டு பல பொருள் வகைகளை விற்பவைதானே. அதனால் ஒவ்வொரு பொருள் வகையிலும் ஸ்பெஷலிஸ்டுகள் என்று யாருமே இல்லையே. அதனால்தான் எல்லா ப்ராண்டுகளும் விற்கின்றன. ப்ராண்ட் எக்ஸ்டென்ஷனும் சரியான உத்திபோல் ஒரு தோற்றம் ஏற்படுகிறது. ஆக, நீங்கள் ப்ராண்ட் எக்ஸ்டென்ஷன் செய்து உங்கள் போட்டியாளர்களும் எக்ஸ்டென்ஷன் செய்திருந்தால் அங்கும் ப்ராண்ட் எக்ஸ்டென்ஷன் விற்பதுபோல் தோற்றமளிக்கும்.

ஆனாலும் குறித்து வைத்துக்கொள்ளுங்கள். ஒவ்வொரு பொருள் வகையிலும் என்றாவது ஒரு ஸ்பெஷலிஸ்ட் ப்ராண்ட் தோன்றும். அப்போது அந்த ப்ராண்டே மற்றவர்களைவிட விற்பனையில் முந்தும். அது இப்போது மெதுவாக நடக்கவும் ஆரம்பித்துவிட்டது.

ஏர் கண்டிஷனர் என்றால் உங்களுக்குத் தோன்றும் முதல் ப்ராண்ட் எது.

எல்ஜி.

ஏர் கண்டிஷனர் விற்பனையில் முதல் இடம் பிடித்திருக்கும் இந்த ப்ராண்ட் மற்ற பொருள் வகைகளில் பின்தங்கியிருக்கிறது.

வாஷிங் மெஷின் என்றால் உங்களுக்குத் தோன்றும் முதல் ப்ராண்ட் எது?

வீடியோகான்.

வாஷிங் மெஷின் விற்பனையில் சக்கைப் போடு போடும் இந்த ப்ராண்ட், மற்ற பொருள் வகைகளில் தேக்கத்தைத்தான் சந்தித்து வருகிறது.

நினைவில் வைத்துக்கொள்ளுங்கள். குருடர்கள் குடியிருக்கும் ஊரில் ஒரு கண் உள்ளவனே ராஜா. ஏர் கண்டிஷனர் ஊரின் ராஜா எல்ஜி. வாஷிங் மெஷின் ஊரின் ராஜா வீடியோகான்! இந்த ப்ராண்டுகளுக்கு ஒரு கண் மட்டுமே இருந்தும்கூட!

ப்ராண்ட் எக்ஸ்டென்ஷன் ஒரு புதைகுழி. பார்க்க அழகாக இருக்கும். சுலபமாகத் தெரியும். பார்க்காமல் இறங்கினால் பரலோகம்தான். பார்த்து இறங்கினாலும் ஃபனால் தான்.

'ராஜ் டீவி' ஓரளவாவது சக்ஸஸ். 'ராஜ் டிஜிடல் ப்ளஸ்' சேனல் படுத்துப் பல காலம் ஆகிவிட்டது. 'குமுதம்' நன்றாகவே விற்கிறது. 'குமுதம் சினேகிதி' இருக்கும் இடம் தெரியவில்லை. 'டெட்டால் சோப்' பிரமாதமாக விற்கிறது. 'டெட்டால் முகப்பவுடர்' காலமாகிவிட்டது. யாராவது முகத்தில் பாத்ரூம் வாசனையை விரும்புவார்களா!

நான் முன்னே கூறியதுபோல் ப்ராண்ட் எக்ஸ்டென்ஷன், எக்கச்சக்க டென்ஷன். விட்டொழியுங்கள் இந்தப் பாவத்தை.

இதோ இந்த அத்தியாயத்துக்கான பொன்வாக்கு:

'காலை நீட்டி மடக்கினால் கரணம். ப்ராண்டை நீட்டி மடக்கினால் மரணம்!'

பாவ நிவர்த்தி ஹோமம்

ஒரு ப்ராண்டை உருவாக்கி பெருவாரியாக வெற்றி பெற வைக்க எத்தனை மெனக்கெட வேண்டியிருக்கிறது. அனைத்தையும், அடுத்த ப்ராண்டை அறிமுகப்படுத்தும்போது மறந்துவிட வேண்டியதுதானா என்று நீங்கள் கேட்டால், என் பதில், 'ஆமாம். மறந்துவிட வேண்டியதுதான்.' இல்லை முதல் ப்ராண்டின் பெயரைத்தான் இரண்டாவதற்கும் வைப்பேன் என்றால், பிறகு

இரண்டாவது ப்ராண்டை மறந்துவிடவேண்டியதுதான். அது கண்டிப்பாகப் பூட்ட கேஸ்தான்!

இன்னார் உருவாக்கிய ப்ராண்ட் என்று கூறும்போது, இரண்டாவது ப்ராண்டுக்கு அது ஒரு சப்போர்டாக அமையாதா என்று நீங்கள் கேட்கலாம்?

அதை வில்லங்கம் இல்லாமல் செய்ய ஒரு வழி இருக்கிறது. உங்கள் கம்பெனியின் பெயரை உங்கள் ப்ராண்டோடு சேர்த்துக் கொள்ளுங்கள்; ப்ராண்ட் பெயரோடு கம்பெனியின் பெயரையும் எங்கேயாவது ஓரமாகவாவது சேர்த்துச் சொல்லுங்கள். ஒரே வகைப் பொருள்களைச் செய்யும் கம்பெனியாக நீங்கள் இருக்கும் பட்சத்தில் கம்பெனியின் பெயர் உங்கள் ப்ராண்டு களுக்கு ஒரு அந்தஸ்தைக் கொடுக்கும். க்ரெடிபிலிடியைத் தரும்.

உதாரணத்துக்கு, ஜில்லெட் ப்ராண்டுக்குச் செல்வோம். ஜில்லெட் என்றால் 'ஷேவிங் பொருள்களின் ராஜா' என்று வாடிக்கையாளர்கள் நம்புகின்றனர். அதனால் ஜில்லெட் தாம் அறிமுகப்படுத்தும் புதிய ப்ராண்டுகளுக்குத் தனித் தனிப் பெயர்கள் கொடுத்தாலும் 'ஜில்லெட்' என்கிற பெயரை ப்ராண்டோடு சேர்த்தே அளிக்கிறது. 'ஜில்லெட் வழங்கும் சென்சார் எக்சல்' என்று கூறி சென்சார் எக்சலை அறிமுகப் படுத்தியது. 'மாக் 3-ஐ வழங்குபவர்கள் ஜில்லெட்' என்று கூறி மாக் 3-ஐக் களம் இறக்கியது. இப்போது 'ஜில்லெட் அளிக்கும் ஃப்யூஷன்' என்று சொல்லி ஃப்யூஷனை விளம்பரப்படுத்துகிறது.

இதனால் வாடிக்கையாளர்களுக்கு ஜில்லெட் ஷேவிங் பொருள்கள் எப்போதும் பிரமாதமாகவே இருக்கும். 'அந்த கம்பெனி அறிமுகப்படுத்தும் புதிய ப்ராண்ட் என்றால் நன்றாகத்தான் இருக்கும், நம்பி வாங்கலாம்' என்று நம்பிக்கையுடன் வாங்குகின்றனர்.

இதைச் சொல்லும்போது உங்களுக்கு இன்னொன்றையும் சொல்லியாகவேண்டும். இந்த உத்தி ஜில்லெட்டுக்கு உதவும். ஏனெனில் ஜில்லெட் செய்வது, வழங்குவது, விற்பது எல்லாம் ஷேவிங் பொருள்கள் மட்டுமே. ஆனால் பலதரப்பட்ட பொருள் வகைகளைச் செய்யும் கம்பெனியாக உங்கள் கம்பெனி இருந்தால், உங்கள் கம்பெனியின் பெயரை எதாவது ஒரு ப்ராண்டுக்கு வைத்துத் தொலைக்காதீர்கள்.

கோல்கெட்டை எடுத்துக்கொள்ளுங்கள். கம்பெனியின் பெயர் 'கோல்கேட் பாமோலிவ்'. அவர்களின் டூத்பேஸ்ட்டுக்கும் கோல்கேட் என்று பெயர் வைத்துவிட்டார்கள். அதோடு சும்மா இல்லாமல் மற்ற பொருள் வகைகளையும் அறிமுகப்படுத்தி வருகிறார்கள். அதனால் கம்பெனியின் பெயரை அவர்களுடைய பொருள் வகை பிராண்டுகளுடன் அவர்களால் சேர்க்க முடியவில்லை. சேர்த்தாலும் சகிக்கவில்லை.

'ஹேலோ' ஷாம்பு என்ற ப்ராண்ட் அவர்களுடையது. ஆனால் 'கோல்கேட்' பெயரை அதன் அருகில் சேர்த்தால் நன்றாகவா இருக்கும்? ஷாம்புவைப் பற்றி டூத்பேஸ்ட் கம்பெனிக்கு என்ன தெரியும் என்றுதான் வாடிக்கையாளர்கள் நினைப்பார்கள்.

'ஏக்சியான்' என்கிற பாத்திரம் கழுவும் ப்ராண்டை கோல்கேட் அறிமுகப்படுத்தியது. அதிலாவது கோல்கேட் பெயரைப் போட முடியமா? முடியாது. மகா கண்ணறாவியாக இருக்கும்.

பல ப்ராண்டுகளை அறிமுகப்படுத்தும் எண்ணம் உங்களுக்கு இருந்தால் கம்பெனியின் பெயரை ஏதேனும் ஒரு ப்ராண்டுக்கு வைக்கும் பாவத்தைச் செய்து தொலைக்காதீர்கள். கோல்கேட் பட்டுக்கொண்டிருப்பதைப் பார்த்தாவது புரிந்துகொள்ளுங்கள்.

அதோடு இன்னொன்றையும் தெரிந்துகொள்ளுங்கள். உங்கள் ப்ராண்ட் நீட்டப்பட்டு வெற்றிகரமாகத் திகழ்ந்துகொண்டிருந்தாலும் ஸ்பெஷலிஸ்டாக ஒரு ப்ராண்ட் வந்தால் நீங்கள் க்ளோஸ் என்பதை எப்போதும் கவனத்தில் கொள்ளுங்கள்.

உதாரணத்துக்கு, தமிழ் செய்தி சேனல்களை எடுத்துக் கொள்ளுங்கள். ப்ராண்ட் நீட்டப்பட்டு ஜெனரலிஸ்ட்டாக இருந்தும் 'சன் நியூஸ்' சேனல் நம்பர் ஒன்னாக இருந்தது ஒரு காலத்தில். எப்படி?

அதன் போட்டியாளர்கள் அனைவருமே நீட்டப்பட்ட ப்ராண்டு களாக இருந்ததால். 'ஜெயா நியூஸ்', 'ராஜ் நியூஸ்' முதலியன. பிறகுதான் நுழைந்தது 'புதிய தலைமுறை' என்கிற புதிய செய்திச் சேனல். நுழைந்த சில மாதங்களுக்குள்ளாகவே மற்ற செய்தி சேனல்களைப் பின்னுக்குத் தள்ளி நம்பர் ஒன் இடத்துக்குச் சென்று அமர்ந்தது அந்த ப்ராண்ட். இன்றும் தமிழ் செய்தி சேனல்களின் நம்பர் ஒன் என்கிற பெருமையோடு படு சௌக்கியமாக வாழ்ந்துகொண்டிருக்கிறது 'புதிய தலைமுறை'.

ஜெனரலிஸ்ட் நிறைந்த தமிழ் செய்தி சேனல்கள் பொருள் வகையில் இன்று உள்ள ஒரே ஸ்பெஷலிஸ்ட் புதிய தலைமுறை தான். அதன் வெற்றியின் ரகசியமும் அதுதான்.

இதில் இன்னொரு வேடிக்கையை நீங்கள் கவனித்திருக்கலாம். புதிய தலைமுறை என்றால் உங்களுக்குத் தோன்றுவது செய்தி சேனல்தான். அதனால்தான் 'புதிய தலைமுறை' பத்திரிகை விற்க முடியாமல் திண்டாடுகிறது! இத்தனைக்கும் அச்சுப் பத்திரிகைதான் முதன்முதலில் வெளியானது. அது வந்து பல மாதங்களுக்குப் பிறகுதான் செய்தி சேனல் வந்தது. ஆனாலும் இன்று 'புதிய தலைமுறை' என்றால் அது டிவிதான்.

ப்ராண்ட் எக்ஸ்டென்ஷன் வேலைக்கு ஆகாது; வெற்றி அடையாது; வில்லங்கமாகத்தான் முடியும் என்பதை இப்போதாவது புரிந்துகொண்டீர்களா?

6

போட்டியாளர்களிடம் 'பேத்தல்'

மார்க்கெட்டிங் என்பது ஒரு மாரத்தான் கார் ரேஸ். அதில் பொசிஷனிங் என்கிற ஹைடெக் தொழிற் திறன் கொண்ட ப்ராண்ட் என்கிற காரில் ஏறிக் கொண்டு மார்க்கெட்டர்களாகிய நாம் பங்கேற் கிறோம். பறக்கிறோம். இந்த ரேஸில், சதா சர்வ காலமும் சந்தைப் போக்கு என்னும் விண்ட்ஷீல்டின் ஊடாகக் கவனமாகப் பார்த்தவாறேதான் காரை ஓட்டுகிறோம். ஓட்டவேண்டும். இதுவரை எல்லாம் சரி.

முன்னே பார்த்துக்கொண்டு ஓட்டும் அதே நேரத்தில் ஒரு கண்ணை ரியர் வ்யூ கண்ணாடியிலும் வைக்க வேண்டும். அதில் என்ன தெரியும்? நம் பின்னே வரும் போட்டியாளர்கள்தான், வேறு யார்? நம்மை ஓவர்டேக் செய்து நம்மை மார்க்கெட்டிங் ரேஸில் தோற்கடிக்க, முடிந்தால் நம்மையே இடித்துக் கீழே தள்ளி, ஏறி மிதித்து, முன்னேறிச் செல்ல வந்துகொண்டிருக்கும் காம்பெடிஷன் என்னும் கார்கள் ஏராளம். அவர்கள் எல்லாம் என்ன, ஹார்ன் அடித்து, 'ஐயா, நான் பின்னால் வந்துகொண்டிருக் கிறேன்' என்று சொல்லிக்கொண்டா வருவார்கள்?

இல்லை நம்மிடம், 'சார், கொஞ்சம் நகர்ந்துக்கிறீங்களா, ஓவர்டேக் செய்யனும்' என்று பெர்மிஷன் கேட்டுத்தான் முன்னே செல்லப்போகிறார்களா?

கண்ணுக்குத் தெரிந்த, தெரியாத போட்டியாளர்கள் பின்னால் வருவார்கள். திடீரென்று தாக்குவார்கள். மறைந்திருந்து கொல்வார்கள். ஏறி மிதித்து முன்னே செல்வார்கள். போட்டியாளர்கள்மீது நம் கண் இல்லை என்றால் முடிந்தது நம் கதை. நம்மைத் தாக்க வருகிறவர்களைத் தடுக்க வியூகம் அமைக்காமல் விட்டால் நம் ஆட்டம் க்ளோஸ். நம்மைத் தாண்டி முன்னேற முனைபவர்களைத் தடுத்து நிறுத்தாவிட்டால் கிழிந்தது நம் லுங்கி!

'கேர்ஃப்ரீ சானிடரி நாப்கின்' பெண்களின் ஏகோபித்த சாய்ஸ் என்று இருந்த காலம் ஒன்று உண்டு. பெயருக்கு ஏற்றமாதிரி இல்லாமல் பெரும் சத்தத்தோடு வந்த 'விஸ்பர்' அதை விரட்டிவிட்டு, இன்று இந்தியாவின் நம்பர் ஒன் இடத்தில் இருக்கிறது. எப்படி? 'கேர்ஃப்ரீ' கேர்லெஸ்ஸாக இருந்த காரணத்தினால்!

'மங்கையர் மலர்', 'ராணி' என்று பெண்களுக்கான தமிழ் பத்திரிகைகள் சக்கைப் போடு போட்ட காலம் உண்டு. திடீரென்று தோன்றி, சடாரென்று வளர்ந்து, படாரென்று பாய்ந்து வந்த மற்றொரு பெண்கள் பத்திரிகையைக் கவனிக்கத் தவறின இந்த ப்ராண்டுகள். பின்னால் வந்த அந்த ப்ராண்ட், இன்று பெண்களுக்கான பத்திரிகை ரேஸில் முன்னால் வந்துவிட்டது. அந்த ப்ராண்ட்தான் 'அவள் விகடன்'!

'சுமீத்' என்கிற மிக்ஸியின் புண்ணியத்தில்தான் தமிழ் மக்கள் மிளகாய்ப் பொடியிலிருந்து தேங்காய் சட்னி வரை அரைத்து, சுவைத்து வந்தார்கள் ஒரு காலத்தில். பின்னால் வந்த 'ப்ரீத்தி மிக்ஸி' தேங்காய் சட்னியோடு 'சுமீத்தையும்' சேர்த்து அரைத்ததில் சுமீத் இருக்கும் இடம் தெரியாமல் காணாமல் போனது. இன்று மிக்ஸியில் மேக்ஸிமம் சேல்ஸ் 'ப்ரீத்தி'தான்!

போட்டியாளர்கள். காம்பெடிஷன். எந்தப் பெயர் கொண்டு அழைத்தாலும் அவர்கள் யார்? நம் கழுத்தை அறுக்கப் பிறந்தவர்கள். நம் கதையை முடிக்க வந்தவர்கள். நம் உயிரை எடுக்க அலைபவர்கள்.

மியூசிகல் சேர் என்று ஒரு ஆட்டம். நீங்கள்கூட ஆடியிருப்பீர்கள். பத்து சேர் போட்டு பதினைந்து பேர் அதைச் சுற்றி வர, ஏதாவது பாட்டு இசைக்கப்படும். இசை திடீரென்று நிற்க, சேரில் அனைவரும் உட்கார முயல பத்து பேருக்குத்தான் அந்த பாக்கியம் கிடைக்க, ஐந்து பேர் தலையைத் தொங்கப் போட்டுக் கொண்டு ஆட்டத்திலிருந்து விலகுவார்கள்.

மார்க்கெட்டிங்கும் கிட்டத்தட்ட மியூசிகல் சேர் ஆட்டம் போலத் தான். வாடிக்கையாளர்கள் மனம்தான் சேர்கள். ப்ராண்டுகள் இடித்துக்கொண்டு முன்னேறி அவர்கள் மனத்தில் அமர வேண்டும். மியூசிகல் சேர் ஆட்டத்திலாவது முடிவு என்று ஒன்று உண்டு. கடைசி சேரில் அமர்ந்தவர் வெற்றிபெற்றவர் என்று அறிவிக்கப்பட்டு பென்சில் பாக்ஸோ, பத்து ரூபாய் பேனாவோ பரிசாகப் பெறுவார்.

மார்க்கெட்டிங் மியூசிகல் சேர் ஆட்டத்துக்கு முடிவே கிடையாது. சதா சர்வகாலமும் ஓடிக்கொண்டே இருக்கவேண்டும். போட்டி யாளர்கள் துரத்திக்கொண்டே இருப்பார்கள். போன போட்டி யாளர் திரும்பி வரலாம். புதுப்புதுப் போட்டியாளர்கள் பிறந்து கொண்டே இருக்கலாம். இந்த ஆட்டத்தில் வெற்றி என்பது நிரந்தரம் இல்லை. பெற்ற வெற்றியைத் தக்கவைத்துக்கொள்ள ததிங்கினத்தோம் போடவேண்டும். போட்டுக்கொண்டே இருக்கவேண்டும். கேர்ஃப்ரீயின் வெற்றி பழங்கதை ஆனது போல. விஸ்பர் இன்று தன் வெற்றியைத் தக்க வைத்துக் கொள்ளப் படாத பாடு பட்டுக்கொண்டிருப்பதைப்போல.

எத்தனை பெரிய ப்ராண்டாக இருந்தாலும் போட்டியாளர்களை சல்லிசாக எடை போடுவது அழிவுக்கு ஆரத்தி எடுத்து ஆசையாக அழைப்பதுபோல. ஆனானப்பட்ட வாலியே இராமாயணத்தில் தோற்ற கதை நாம் படித்ததுதானே. குருக்ஷேத்திரப் போரில் நூறு கௌரவர்கள் கேவலம் ஐந்து பேரிடம் தோற்ற வரலாறு நமக்குத் தெரிந்ததுதானே. அதே குருக்ஷேத்திரத்தை இன்றைய மார்க்கெட்டிங்கில் நிறையவே காணலாம். அதே வாலியின் முடிவை அடைந்த ப்ராண்டுகளை இன்று பரவலாகப் பார்க்கலாம்.

போட்டியாளர் வியூகங்களையும் வாடிக்கையாளர்களின் மாறிவரும் மனப்பாங்கையும் கவனிக்கத் தவறி, தறிகெட்டு, திக்குத்தெரியாமல் தாறுமாறாகத் திண்டாடி வரும் ப்ராண்ட்

ஒன்று உண்டு. அது உங்கள் பையில்தான் இருக்கிறது. சதா சர்வகாலமும் காதில் வைத்து உதட்டோடு உறவாடுகிறீர்களே. அட்லீஸ்ட் ஒரு காலத்தில் உறவாடிக்கொண்டிருந்தீர்களே... நோக்கியா. நேற்றுவரை எங்கும் வியாபித்திருந்த ப்ராண்ட் இன்று எத்தைத் தின்றால் பித்தம் தெளியும் என்கிற நிலையில் இருக்கிறது.

வாழ்ந்து கெட்டவர்களைப் பார்த்திருப்பீர்கள். வழக்கொழிந்து போவதைக் கேட்டிருப்பீர்கள். கொழித்து, செழித்து, வாழ்ந்த ஒரு ப்ராண்ட் கண்ணுக்கு எதிரேயே சீரழிந்துகொண்டிருப்பதைப் பார்க்கவேண்டும் என்றால் அது சாட்சாத் 'நோக்கியா'தான். அக்கிரமத்துக்கு அழிந்துகொண்டிருக்கிறது.

உலகத்தின் நம்பர் ஒன் ப்ராண்டாக ஒரு காலத்தில் டெலிஃபோன் கம்பங்களிலும் மொபைல் டவர்களிலும் கொடி கட்டிப் பறந்து கொண்டிருந்தது நோகியா. இந்தியாவின் மொபைல் விற்பனையில் 75% மார்க்கெட் ஷேர் வைத்திருந்த ப்ராண்ட். எப்போதோ அல்ல. 2008 வரையிலும்கூட. தன்னை அசைத்துக் கொள்ள ஆளே கிடையாது, முறைத்துக்கொள்ள மொபைலே கிடையாது என்று முழு சிக்னல் மமதையில் முழுகி இருந்த ப்ராண்ட், மாறி வரும் வாடிக்கையாளர்களின் மன நிலையையும் மதிக்கவில்லை. பின்னால் பாய்ந்து வந்துகொண்டிருந்த போட்டியாளர்களையும் கவனிக்கவில்லை.

நோக்கியாவுக்கு முதல் சவால் 'ஐ ஃபோன்' ரூபத்தில் வந்தது. ஆப்பிள் கம்பெனியின் கண்டுபிடிப்பு. டச் ஃபோன் தொழில் நுட்பம் கொண்டது. நியாயமாக டச் ஃபோன் தொழில் நுட்பத்தை நம்பர் ஒன் ப்ராண்டான நோக்கியாதான் அறிமுகப் படுத்தியிருக்கவேண்டும். சரி, அதைத்தான் செய்யவில்லை. அட்லீஸ்ட் ஐஃபோன் வந்த உடனேயாவது தங்கள் பங்குக்கு உடனே ஒரு டச் ஃபோனை அறிமுகப்படுத்தியிருக்க வேண்டுமா. அதையும் செய்யவில்லை. டச் ஃபோன் தொழில் நுட்பத்தை வாடிக்கையாளர்கள் இரு கரம் நீட்டி வரவேற்க, நோக்கியாவோ தன் இரு கரங்களையும் வாயில் வைத்து சப்பிக்கொண்டிருந்தது.

சரி, அதுதான் போகட்டும். இந்தியாவில் சின்ன கம்பெனிகளான 'மைக்ரோமாக்ஸ்', 'கார்பன்', 'லெமன்' போன்றவை சீனாவிலிருந்து விலை குறைந்த செல்ஃபோன்களை இறக்குமதி

செய்து தங்கள் பெயரில் விற்கத் தொடங்கின. நோக்கியா அதையும் வேடிக்கை பார்த்துக்கொண்டு உட்கார்ந்திருந்தது. அதன்பின் இதே கம்பெனிகள் 'டபுள் சிம்' ஃபோன்களை அறிமுகப்படுத்தின. இவையும் நன்றாக விற்க ஆரம்பித்தன. நோக்கியா 'எம் பணி வேடிக்கை பார்த்துக்கொண்டு விரல் சூப்புவதே' என்று கர்மமே கண்ணாக இருந்தது.

இந்தக் கர்மம் பத்தாது என்று சாம்சங் போன்ற கம்பெனிகள் ஸ்மார்ட் ஃபோன்களைக் கொண்டுவர, நோக்கியாதான் ஸ்மார்டாகவே இல்லையே, அப்புறம் எங்கேயிருந்து ஸ்மார்ட் ஃபோனைக் கொண்டுவருவது? நோக்கியா எருமைமீது போட்டியாளர் மழை பெய்ய, பழமொழிக்கு ஏற்பப் பொறுமை காத்தது எருமை!

பொறுத்தது போதும், பொங்கி எழவேண்டாம், அட்லீஸ்ட் தூங்கியாவது எழுவோமே என்று ஒரு வழியாக நோக்கியா விழித்துக்கொண்டது. டச் ஃபோன்களையும், டபுள் சிம் ஃபோன்களையும், ஸ்மார்ட் ஃபோன்களையும் கொண்டு வந்தது. ஆனால் அதற்குள் மற்ற ப்ராண்டுகள் மார்க்கெட்டில் தங்களை ஸ்திரப்படுத்திக்கொண்டுவிட்டன. மார்க்கெட்டை பட்டா போட்டு அதில் ஒரு கொட்டாய் போட்டு அதன்மேல் தங்கள் கொடியையும் நாட்டிவிட்டன.

நோக்கியாவின் ஆதிக்கம் ஆட்டம் கண்டது. அதன் வலிமை விலகத் தொடங்கியது. அதன் மார்க்கெட் ஷேர் மணிக்கு நூறு கிலோமீட்டர் ஸ்பீடில் சரிந்தது. இன்று நோக்கியா இன்னமும் 25% மார்க்கெட் ஷேர் வைத்திருப்பதுதான் ஆச்சரியம்! அது இன்னும் பாதாளத்தை நோக்கித்தான் பயணித்துக்கொண்டிருக் கிறது என்று நான் சொல்லத் தேவையில்லை.

சீயான் விக்ரம் 'அந்நியன்' படத்தில் பாடிய ஒரு பாடலைக் கேட்டிருப்பீர்கள். அதை இன்று அவரே மாற்றிப் பாட வேண்டிய நிலமை!

'கண்ணும் கண்ணும் நோக்கியா
இன்று கண்ணுல படல பாத்தியா'

நம் கழுத்தை அறுத்து, தூக்கத்தைக் கெடுத்து, ஏறி மிதித்து, துவம்சம் செய்ய ரெடியாக இருக்கிறார்கள் நம் போட்டி யாளர்கள். அவர்கள் உக்கிரத்தை உணராத நோக்கியா போன்ற

கம்பெனிகள் மார்க்கெட்டிங் புழுதியோடு புழுதியாகப் பெருக்கி ஓரமாகத் தள்ளப்படுகிறார்கள். தள்ளப்பட்டுக்கொண்டிருக்கிறார்கள்.

மாறிவரும் இந்தச் சந்தை யுகத்தில் புதுப்புது ரூபத்தில், கற்பனை செய்ய முடியாத வடிவில் போட்டியாளர்கள் முளைத்தவண்ணம் உள்ளனர். நம் முதல் பணி நம்முடைய போட்டியாளர் யார் என்பதைத் தெரிந்துகொள்வது. 'இதுகூடவா எனக்குத் தெரியாது' என்று அசட்டையாக நீங்கள் இருந்தால் உங்களுக்கு ஒரு டெஸ்ட் வைக்கவேண்டியது அவசியமாகிறது.

டெஸ்டின் முதல் கேள்வி: இந்தியாவின் மிகப் பெரிய இசை கம்பெனி எது?

'சோனி', 'எச்எம்வி', 'சரிகமா' என்று நீங்கள் எதைச் சொன்னாலும் தவறான விடை.

இந்தியாவின் மிகப் பெரிய இசை கம்பெனி... 'ஏர்டெல்'. சாமி சத்தியமாகச் சொல்கிறேன்!

காலர் ட்யூன், ரிங்டோன் போன்றவற்றால் ஏர்டெல் சம்பாதிக்கும் பணம் மற்ற இசை கம்பெனிகளின் விற்பனையை விட அதிகம். ஆக, 'சோனி', 'எச்எம்வி', 'சரிகமா' போன்ற கம்பெனிகளுக்குப் போட்டி எந்த ரூபத்தில் வந்தது பார்த்தீர்களா? ஒரு மொபைல் கம்பெனியின் வடிவில்!

இன்னமும் உங்களுக்குப் போட்டியாளரின் உக்கிரம் புரிய வில்லையா. இதோ இரண்டாவது கேள்வி: 'சிங்கப்பூர் ஏர்லைன்ஸ்', 'பிரிட்டிஷ் ஏர்வேஸ்' போன்ற ப்ராண்டுகளின் முக்கியப் போட்டியாளர் யார்?

'எமிரேட்ஸ்', 'லுஃப்தான்ஸா', 'ஏர் இந்தியா' என்று நீங்கள் எதைக் கூறினாலும் இதுவும் தவறான விடைதான்.

சரியான விடை... வீடியோ கான்ஃபரென்சிங்.

அதாவது இங்கிருந்தபடியே வெளிநாட்டில் உள்ளவர்களிடம், வீடியோ வசதி கொண்ட கம்ப்யூட்டர்கள்மூலம் பேசும் முறை. இது எப்படிப் போட்டியாளர் ஆகும் என்று கேட்பவர்களுக்கு - இதோ இப்படித்தான். பெரும்பாலும் வெளிநாடு செல்பவர்கள் எதற்குச் செல்கிறார்கள். பிசினஸ் விஷயமாக. வெளிநாட்டில்

உள்ள தங்கள் வாடிக்கையாளர்களையோ, பார்ட்னர்களையோ அல்லது தங்கள் கம்பெனி சார்ந்தவர்களையோ பார்த்துப் பேசுவதற்கு. 'சிஸ்கோ', 'எச்பி' போன்ற கம்பெனிகளின் தயவால் அவர்களின் எலக்ட்ரானிக் கண்டுபிடிப்புகளின் உதவியால் இன்று பெரிய அலுவலகங்களில் வீடியோ கான்ஃபரென்சிங் வசதி பொறுத்தப்பட்டிருக்கிறது. நாம் நம் அலுவலக அறையில் அமர்ந்துகொண்டு வெளிநாட்டில் உள்ளவர்களிடம் ஃபோனில் பேசுவதுபோல் வீடியோவில் பேச முடிகிறது. இதனால் பெரும்பாலான அலுவலக விஷயங்களை வெளிநாடு போகாமலேயே பேச முடிவதால் பலரும் இதையே பயன்படுத்துகிறார்கள்.

இதனால் பல ஏர்லைன்களுக்கும் வாடிக்கையாளர்கள் குறைய ஆரம்பித்துவிட்டனர். எலக்ட்ரானிக் யுகத்தில் வீடியோ கான்ஃபரென்ஸ் வசதியின் விலை குறைந்துகொண்டே வருவதால் மேலும் பல அலுவலகங்களிலும்கூட இது அறிமுகப் படுத்தப்படும் சாத்தியக்கூறு அதிகமாகியுள்ளது. அப்புறம் என்ன? பல விமான கம்பெனிகளும் ஏற்றிக்கொண்டு போக ஆள் இல்லாமல் அவஸ்தைப்படப் போகின்றன.

இப்போது புரிகிறதா போட்டியாளர்கள் யார் என்று?

போட்டியாளர் என்பவர் உங்கள் பொருளைப் போலவே இருக்கவேண்டும் என்கிற அவசியம் இல்லை. உங்கள் பொருள் வகையைச் சேர்ந்தவராக இருக்கவேண்டிய கட்டாயமும் இல்லை. நீங்கள் விற்கும் பொருள் தரும் அதே பயனைத் தர வல்லவராக இருந்தால், அவரே உங்கள் போட்டியாளர். நீங்கள் விற்கத் துடிக்கும் அதே வாடிக்கையாளரை அதே காரணத்துக்காக இழுக்க ஆயத்தமாக இருந்தால் அவரே உங்கள் எதிரி. உங்களை மறைந்திருந்து கொல்ல ரெடியாக இருக்கும் இராமபிரான். உங்களைப் பூண்டோடு ஒழிக்கப் போர்க்களத்தில் இருக்கும் பஞ்ச பாண்டவர்கள்!

'பஜாஜ் சேட்டக்' ஸ்கூட்டர் விற்பனையை அழித்தது 'வெஸ்பா' இல்லை. மோட்டார் பைக்குகள்.

'பாண்ட்ஸ் ட்ரீம்ஃப்ளவர் டால்க்', 'பாண்ட்ஸ் மேஜிக்' போன்ற முகப்பவுடர் விற்பனையைச் சரிய வைத்திருப்பது மற்ற முகப்பவுடர் ப்ராண்டுகள் அல்ல. ஃபேஸ் க்ரீம்கள்.

மார்க்கெட்டிங் பஞ்ச மாபாதகங்கள்

நீங்கள் ரம்மோ, விஸ்கியோ விற்றால் உங்கள் போட்டியாளர் மற்ற ரம் மற்றும் விஸ்கி ப்ராண்டுகள் மட்டுமல்ல. வாடிக்கையாளக் குடிமகன்களுக்கு அதே போதையை, சமய சன்மார்க நிர்வாண நிலையை அளிக்கும் ப்ராண்டி, ஜின், வோட்கா போன்ற மற்ற சோம பானங்களும்தான். ஏன், பியர்கூட உங்களுக்குப் போட்டியாளர்தான். என்ன, மற்ற சோம பானங்கள் கொஞ்சம் உள்ளே தள்ளினாலே போதை வரும். பியரைக் கொஞ்சம் கூட ஏற்றவேண்டும். அவ்வளவே. ஆனாலும் போதை கேரண்டி!

மூன்று நான்கு வருடங்களுக்குமுன் மார்ச் ஏப்ரல் மாதங்களில் தியேட்டர்களில் திடீரென்று கூட்டம் வெகுவாகக் குறையத் தொடங்கியது. அதுவும் மாலைக் காட்சிகளில் மட்டும் கூட்டம் குறையத் தொடங்கியது. எதோ ஒன்று இரண்டு தியேட்டர்கள் என்றால், ‘சரி, படம் சரியில்லைபோல் இருக்கிறது’ என்று சொல்லலாம். சொல்லிவைத்தாற்போல் பல தியேட்டர்களிலும் கூட்டம் குறைய, என்னடா நடக்கிறது என்று பார்த்தால்... ‘ஐபிஎல்’!

மூன்று மணி நேர மசாலா தமாஷ்தானே ஐபிஎல். அதே மூன்று மணி நேர மசாலா தமாஷ்தானே திரைப்படங்களும். பார்த்தார்கள் மக்கள். இந்த ஐபிஎல் முடியும்வரை வீட்டில் அமர்ந்து டீவியில் இதைப் பார்ப்போம் என்று பாப்கார்னோடு சோபாவிலேயே செட்டில் ஆகிவிட்டனர். திரையில் படங்கள் ஓட, தியேட்டர்களிலோ ஈ ஓடியது.

பார்த்தனர் மல்டிஃப்ளெக்ஸ்கள். ஐபிஎல் மேட்சுகளையே தங்கள் தியேட்டர்களில் திரையிடத் தொடங்கினர். ‘வீட்டில் எதற்குத் தனியாகப் பார்த்துக்கொண்டு; இங்கு வந்து கூட்டத் தோடு விசில் அடித்துக்கொண்டு என்ஜாய்’ என்று மக்களை தியேட்டர்களுக்கு இழுக்க முயன்றனர். திரைப்படங்களுக்குப் போட்டி கிரிக்கெட் மேட்ச் என்றானது!

இன்று உங்கள் போட்டியாளர் உங்கள் கண்ணுக்குத் தெளிவாகத் தெரியலாம். நாளை யார் போட்டியாளராக வருவார் என்பதுதான் நம் கண்களுக்குத் தெரிவதில்லை. அதைத் தெரிந்துகொள்வதில் தான் வெற்றியின் ரகசியம் அடங்கியிருக்கிறது என்பதைப் புரிந்துகொள்ளுங்கள்.

இன்று நம்மில் பலரும் எஃப்எம் ரேடியோ அதிகமாகக் கேட்கத் தொடங்கிவிட்டோம். ஆனால் ரேடியோ பெட்டிகள் இறந்து வருகின்றன. டிரான்சிஸ்டர்கள் காலமாகிவருகின்றன. 'பிலிஃப்ஸ்', 'புஷ்' போன்ற ப்ராண்டுகள் ஒரு காலத்தில் நம்மோடு இருந்தன என்பதுகூட நம்மில் பலருக்கு மறந்துவிட்டது. இது என்ன மேஜிக்?

இதுதான் போட்டியாளர்கள் லாஜிக். எஃப்எம் கேட்கிறோம். ஆனால் கேட்பது நம் செல்ஃபோன்களில். ரேடியோவை ரசிக்கிறோம். ஆனால் மொபைல்ஃபோன்களில். டிரான்சிஸ்டர்கள் அழிந்தது, செல்ஃபோன்களால். ரேடியோ பெட்டிகள் ஒழிந்தது மொபைல் ஃபோன்களால்! எந்தப் புற்றில் எந்தப் போட்டியாளர் பாம்பு இருக்குமோ!

நம்மில் பலர் இன்றும் காலையில் அலாரம் வைத்து, அதன் அலறலில்தான் அரக்கப் பரக்க எழுகிறோம். ஆனால் அலாரம் கடிகாரங்கள் அகால மரணமடைந்து மாமாங்கம் ஆகிவிட்டது. டைம்பீஸ்கள் பீஸ் பீஸாகிப் பல வருடங்கள் ஆகிவிட்டன. இது எப்படி?

அதே செல்ஃபோன்களால்தான். அதிலேயே அலாரம் செட் செய்து அதைத் தலைமாட்டில் நம்மோடு படுக்கவைப்பதால். அதன் பாட்டுச் சத்தத்தில் அநந்தசயனத்தை முடித்துத் துயில் எழுவதால்! அது அப்படி!

'டைட்டன் டைம்பீஸ்களை' எம்டன் குண்டு வைத்துத் தகர்த்தது செல்ஃபோன்கள். 'ஃபேவர் ல்யூபா' அலாரம் க்ளாக்குகளுக்கு ஃபீவர் வந்தது மொபைல்களால். 'மறைந்திருந்து கொல்லும் மர்மம் என்ன' என்று 'தில்லானா மோகனாம்பாள்' படப் பாடலை மாற்றிப் பாடிக்கொண்டிருக்கின்றன இந்த ப்ராண்டுகள்!

நாம் ஒரு பக்கம் வாடிக்கையாளர்களை மயக்கி இழுக்கப் போராடிக்கொண்டிருக்கையில் அதே வாடிக்கையாளரைக் கவர்ந்திழுக்கும் முயற்சியில் மற்ற போட்டியாளர்கள் உள்ளனர் என்பதை நாம் எப்போதும் கவனத்தில் கொள்ளவேண்டும். அதை எப்படிச் சமாளிப்பது, அதற்குண்டான உத்திகள் என்னென்ன? இவை பற்றிய சிறு குறிப்பை 'பாவ நிவர்த்தி ஹோமம்' பகுதியில் படித்துப் பயன் பெறுங்கள்.

ஒன்றை நன்றாகப் புரிந்துகொள்ளுங்கள். போட்டியாளர் என்பவர் சூப்பர் ஸ்டார் ரஜினிகாந்த்போல. எப்படி வருவார், எப்போது வருவார் என்பது யாருக்கும் தெரியாது. ஆனால் வரவேண்டிய நேரத்தில் கரெக்டாக வந்து நம் கழுத்தை அறுப்பார்!

நம் ப்ராண்டுகளுக்குக் குழி தோண்ட ரெடியாகக் கடப்பாரை, மண்வெட்டியோடு காத்திருக்கும் போட்டியாளர்களை எப்படிச் சமாளிப்பது? அதற்கான முதல் படி நாம் எந்த பிசினஸில் இருக்கிறோம் என்கிற தெளிவான புரிதலில். இது கூடத் தெரியாதா என்று அசால்ட் ஆறுமுகமாக நீங்கள் இருந்தால் உங்கள் பன்னிரண்டு கண்களையும் திறக்கவேண்டியது அவசியமாகிறது.

'கோடாக்' என்கிற கம்பெனி ஞாபகத்துக்கு வருகிறதா? போட்டோ சுருள்களுக்கும் கேமராக்களுக்கும் பெயர் போன கம்பெனி. ஒரு காலத்தில் சக்கைப் போடு போட்ட கம்பெனி. இன்று கம்பெனியையே இழுத்து மூடிவிட்டார்கள். அந்தக் கதையைக் கதைப்போம்.

கோடாக் எந்த பிசினஸில் இருந்தது என்று நினைக்கிறீர்கள்?

இதென்ன பிரமாதம், கேமரா மற்றும் ஃபோட்டோ சுருள் பிசினஸ் என்றுதானே நினைக்கிறீர்கள்? கோடாக்கும் அப்படியே நினைத்துத்தான் நூறு வருடங்கள் பிழைப்பு நடத்திவந்தது. சும்மா சொல்லக்கூடாது. நன்றாகவே பிசினஸ் செய்துவந்தது. ஆனால் அது தவறான எண்ணம் என்று உணரவைத்தது ஃபோட்டோ தொழில் சந்தித்த தொழில்நுட்ப மாறுதல்கள்.

கோடாக் சந்தித்த முதல் அடி, போலராய்ட் என்கிற கம்பெனியிடமிருந்து. சிரிக்கச் சொல்லி, போட்டோ எடுத்து அதை அலம்பி, காய வைத்து, அதன்பின் பிரிண்ட் போட்டுக் கொடுக்கும் வழக்கத்துக்கு மாறாக போட்டோ எடுத்த மாத்திரத் திலேயே சுடச்சுட ஃபோட்டோவை பிரிண்ட் போட்டுக் கொடுத்தது போலராய்ட். கோடாக் இதைப் பெரிதாகக் கண்டு கொள்ளாமல் விட்டுவிட்டது. போலராய்ட் கொஞ்சம் கொஞ்சமாக வளர்ந்து கோடாக்கின் விற்பனையைப் பாதிக்கத் தொடங்கியது.

அதன்பின் வந்தது டிஜிடல் தொழில்நுட்பம். 'கேனான்', 'சோனி', 'பேனாசானிக்' போன்ற ப்ராண்டுகள் போட்டோ எடுத்தவுடனே அதை டிஜிட்டலில் பதிவு செய்து கம்ப்யூட்டர்களில் மாற்றிச் சேமித்து வைத்துக்கொள்ளும் வசதியை வழங்கின.

வாடிக்கையாளர்களுக்கு இந்த டிஜிட்டல் சமாசாரம் ரொம்பவே பிடித்துப் போய்விட்டது. எதற்கு, எடுத்த போட்டோவை ஸ்டூடியோ சென்று பிரிண்ட் போட்டுக்கொண்டு? அதற்கு வேறு தனியாக செலவழித்துக்கொண்டு. டிஜிடலில் சுலபமாக போட்டோ எடுக்கலாம். எடுத்த போட்டோ சரியாக இருக்கிறதா என்று உடனேயே பார்க்கலாம். சரியாக இல்லை என்றால் இன்னொரு ஃபோட்டோ எடுக்கலாம். எடுத்த போட்டோவை காலாகாலத்துக்கும் பத்திரப்படுத்தி வைக்கலாம். தேவைப்பட்டால் பிரிண்ட்கூடப் போட்டுக்கொள்ளலாம். இத்தனை சௌகரியங்களால் வாடிக்கையாளர்கள் டிஜிடல் கேமராக்கள் பக்கம் திரும்பினர். டிஜிடல் கேமராக்களின் விற்பனை கூடக்கூட, கோடாக் கேமராக்களுக்கும் பிலிம் சுருள்களுக்கும் பிடித்தது சனி. அடுத்து தனியாக டிஜிட்டல் கேமராகூடத் தேவையில்லை, அதையே மொபைல் ஃபோன்களிலேயே செய்துகொள்ளலாம் என்றதும் கொடாக்கின் அழிவு வேகமாகத் தொடங்கியது. கோடாக்கே ஒரு கட்டத்தில் டிஜிட்டல் கேமராக்களைத் தயாரித்து விற்க ஆரம்பித்தாலும், அதன் மொத்த விற்பனை தொய்வடைந்து, 2011-ல் கோடாக் கம்பெனி திவால் ஆனது.

'தொழில்நுட்பம் மாறியதால் வந்த வினை இது. இதற்கு கோடாக் என்ன செய்ய முடியும்' என்று நீங்கள் நினைக்கலாம். இந்த டிஜிடல் தொழில்நுட்பத்தைக் கண்டுபிடித்ததே கோடாக் தான் என்று நான் சொன்னால் ஆச்சரியமாக இருக்கிறதா உங்களுக்கு? உண்மை அதுதான். ஆனால் கண்டுபிடித்த டெக்னாலஜியின் அருமை கோடாக்குக்குத் தெரியவில்லை. ஏன்? இந்த டெக்னாலஜி தங்கள் பிலிம் சுருள் கேமராக்களின் விற்பனையைப் பாதிக்கும்; பிலிம் சுருள் பிசினஸையே அழித்து விடும்; எதற்கு வீண் வம்பு என்று டிஜிடல் டெக்னாலஜியை மற்றவர்களுக்குத் தாரை வார்த்தது.

இதற்குக் காரணம், கோடாக் தாங்கள் எந்த பிசினஸில் இருக்கிறோம் என்று சரியாக அறுதியிடாததுதான். கோடாக்

போட்டோ தொழிலில் இல்லை. அது இருந்தது 'நினைவு களைப் பதிவு செய்யும் பிசினஸில்'. கோடாக் இருந்தது வாடிக்கையாளர்களின் ஞாபகங்களைப் பத்திரப்படுத்திக் கொள்ளும் தொழிலில். அப்படி நினைத்திருந்தால் முதலில் போலராய்டுக்குப் போட்டியாக ஒரு புதிய ப்ராண்டை அறிமுகப் படுத்தியிருக்கும். தாங்கள் கண்டுபிடித்த டிஜிடல் தொழில் நுட்பத்தைக் கொண்டு டிஜிடல் கேமராக்களையும் அறிமுகப் படுத்தியிருக்கும். அதைச் செய்திருந்ததால் இன்று மஞ்சள் பத்திரிகை கொடுக்கும் துர்பாக்கிய நிலைக்குத் தள்ளப் பட்டிருக்காது.

நாம் எந்த பிசினஸ் செய்கிறோம் என்பதுபற்றிய தீர்மானமான, தெளிவான புரிதல் அவசியம். இதை கோடாக் கதை நமக்குக் கோடிட்டு, வரைந்து, பாகங்களை குறித்துக் காட்டுகிறது. கோடாக் நமக்குச் சொல்லிக்கொடுக்கும் இன்னொரு பாடமும் உண்டு.

நீங்களே உங்கள் போட்டியாளர் என்கிற எண்ணம் உங்களுக்கு வேண்டும். உங்களை நீங்களே அழித்துக்கொள்ள வேண்டும். உங்கள் ப்ராண்டுகளை மிதித்து முன்னேறிச் செல்ல நீங்களே புதிய ப்ராண்டுகளை அறிமுகப்படுத்திக்கொண்டே இருக்க வேண்டும். மார்க்கெட்டிங்கில் நீங்களே உங்கள் முதல் எதிரியாக இருப்பதன் அவசியத்தையும், அவசரத்தையும், அருமைகளை யும் 'ஜில்லெட்' கம்பெனியின் உதாரணம் கொண்டு அலசுவோம்.

ஜில்லெட் - உலகின் நம்பர் ஒன் ஷேவிங் பொருட்களைத் தயாரிக்கும் கம்பெனி. விவரம் தெரிந்த நாள் முதல் ஆண்கள் சவரம் செய்தது ஜில்லெட் கொண்டுதான். உலக ஆண்கள் தாடி வளர்த்துக்கொண்டு தேவதாஸ் ஆகாமல் காப்பாற்றி வரும் கம்பெனி இது. அதன் வெற்றிக்கு மூல காரணமே அதன் போட்டி யாளர்தான். தொடர்ந்து உலக மார்க்கெட்டை முழுவதும் வழித்து வாய்க்குள் போட்டுக்கொள்ள வைப்பது அவர்களின் முக்கிய காம்பெடிடர்தான். அந்தப் போட்டியாளர் வேறு யாருமல்ல... ஜில்லெட்தான்!

தங்கள் பொருள்களை மற்ற போட்டியாளர்கள் புதிய தொழில் நுட்பத்தைக் கொண்டோ, புதிய வகைப் பொருள்களைக் கொண்டோ தாக்குவதற்குள் தாங்களே புதுப் புதுப்

பொருள்களையும் ப்ராண்டுகளையும் அறிமுகப்படுத்தி ஷேவிங் உலகின் தாதாவாக விளங்கிவருகிறது ஜில்லெட்.

ஷேவிங் ப்ளேடுகளில் சக்கைப் போடு போட்டுக்கொண்டிருந்த போதே டிஸ்போஸபிள் ரேசர்களைக் கொண்டுவந்தது ஜில்லெட். ஏதுடா, டிஸ்போஸபில் வந்தால் தங்கள் ப்ளேடு களின் விற்பனை பாதிக்கப்படுமே என்று கவலைப்படவில்லை அந்த கம்பெனி. தாங்கள் கொண்டுவரவில்லை என்றால் வேறு எந்த கம்பெனியாவது டிஸ்போஸபிள் ரேசர்களைக் கண்டிப்பாகக் கொண்டுவரும். அந்த கம்பெனி நம் வாடிக்கை யாளர்களைக் கவர்வதற்குமுன் நாமே அந்தப் புதுமையை அறிமுகப்படுத்தி நம் வாடிக்கையாளர்களைத் தக்க வைத்துக் கொள்ளலாமே? அதைத்தான் ஜில்லெட் செய்தது. அதில் வெற்றியும் கண்டது.

அதன்பின் இரண்டு ப்ளேடுகளைக் கொண்ட 'சென்சார்' என்னும் புதிய ப்ராண்டை அறிமுகப்படுத்தியது. இதனால் அவர் களுடைய ஒரு ப்ளேட் ரேசர் விற்பனை பாதிக்கப்பட்டாலும் சென்சார் உலகமெங்கும் விற்பனையில் பின்னிப் பெடலெடுத்தது. ஏற்கெனவே இருந்த வாடிக்கையாளர்களோடு புதிய வாடிக்கையாளர்களையும் கவர்ந்திழுத்தது.

அதன் பின்னாவது சும்மா இருந்ததா என்றால் இல்லை. மூன்று ப்ளேடுகளை கொண்ட 'மாக் 3' என்னும் புதுமையான ரேசரைக் கொண்டுவந்தது. மாக் 3, சென்சாரின் விற்பனையைப் பாதித் தாலும் அதைக் கண்டுகொள்ளவில்லை ஜில்லெட். சென்சார் வாடிக்கையாளர்கள் பலரும் மாக் 3-க்கு மாறினார்கள். அதோடு மற்ற ரேசர் ப்ராண்டு வாடிக்கையாளர்களும் மாக் 3-யில் மயங்கி அதன் மடியில் வந்து விழுந்தார்கள். உலகமெங்கும் மாக் 3 விற்பனையில் சாதனை படைத்தது.

தினம் ஷேவ் செய்வதுபோல் தினம் ஒரு புதுமையைக் கொண்டு வருவது என்கிற வைராக்கியத்தில் சமீபத்தில் நாலு ப்ளேடு களைக் கொண்ட 'ஃப்யூஷன்' என்னும் ப்ராண்டை அறிமுகப் படுத்தியிருக்கிறது ஜில்லெட். இதுவும் உலக மார்க்கெட்டில் பட்டையைக் கிளப்பிக்கொண்டிருக்கிறது.

ஜில்லெட் நமக்கு வழவழவென்று சொல்லிக்கொடுக்கும் பாடம் இதுதான். உங்கள் ப்ராண்டை மற்றவர்கள் வந்து தாக்குவதற்குள்

நீங்களே புதுமைகளைப் புகுத்தி அவற்றைத் தாக்குங்கள். உங்கள் வாடிக்கையாளர்கள் உங்களுடனேயே தங்குவார்கள். அதோடு புதிய வாடிக்கையாளர்கள் வந்தவண்ணம் இருப்பார்கள். நீங்களே உங்களுக்குப் பரம வைரி. அதனால் நீங்களே உங்களுக்கு உற்ற நண்பன்.

இல்லை, புதிய பொருள்களைக் கொண்டுவந்தால் நான் இப்போது விற்றுக்கொண்டிருக்கும் ப்ராண்டுகளின் விற்பனை பாதிக்கும் என்று நீங்கள் பயந்தால் 'ஃபேர் அண்ட் லவ்லி' கதையை உங்களுக்குச் சொல்லவேண்டும். அந்த ப்ராண்ட் பட்ட அவஸ்தையை நீங்கள் தெரிந்துகொள்ளவேண்டும்.

சிவப்பழகு தரும் க்ரீம்களில் சந்தேகத்துக்கு இடம் இல்லாமல் நம்பர் ஒன் 'ஃபேர் அண்ட் லவ்லி'தான். 'கருப்புதான் எனக்குப் பிடிச்ச கலரு' என்று பாடிக்கொண்டு, கூடவே தங்களைச் சிவப்பாக்கிக்கொள்ள 'ஃபேர் அண்ட் லவ்லி'யை வாங்கிக் கொண்டிருக்கும் கூட்டம் நம் தாய்த் திருநாட்டுக் கூட்டம். இதில் பெண்கள் மட்டுமல்ல, ஆண்களும் அடக்கம். ஒரு காலத்தில் 'ஃபேர் அண்ட் லவ்லி'யை உபயோகித்தவர்களில் சுமார் மூன்றில் ஒரு பங்கு வாடிக்கையாளர்கள் ஆண்கள்தான் என்று ஒரு புள்ளி விவரக்கணக்கே உண்டு.

இந்தக் கணக்கை அறிந்த 'ஃபேர் அண்ட் லவ்லி'யைத் தயாரிக்கும் இந்துஸ்தான் யூனிலீவர் கம்பெனி நியாயமாக என்ன செய்திருக்க வேண்டும்? 'ஃபேர் அண்ட் லவ்லி'யை பெண்களுக்குத்தான் அறிமுகப்படுத்தினோம். ஆனால் ஆயிரக்கணக்கில் ஆண்களும் உபயோகிக்கிறார்கள். ஏனெனில் அவர்களுக்கும் சிவப்பாக மாறும் ஆசை இருக்கிறது. ஆனால் அவர்களுக்கென்று சிவப்பழகு க்ரீம்கள் இல்லை. அதனால் 'ஃபேர் அண்ட் லவ்லி'யை உபயோகிக்கிறார்கள். நாமே புதிதாக ஆண்களுக்கு என்று ஒரு சிவப்பழகு க்ரீமை அறிமுகப்படுத்தினால் என்ன' என்று யோசித்து அதன்படிச் செய்திருக்கவேண்டும்.

அப்படி யோசித்தார்களா? கண்டிப்பாக யோசித்திருப்பார்கள். ஒரு குழந்தைக்குக்கூடத் தெரியக்கூடிய விஷயம் அல்லவா இது. ஆனால் அதைச் செயல்படுத்தவில்லை. ஏன்? அவர்களின் எண்ணம் இப்படி இருந்திருக்கலாம்: 'நாம் புதிதாக ஆண்களுக்கு என்று ஒரு சிவப்பழகு க்ரீமை அறிமுகப்படுத்தினால் அதை யார் வாங்குவார்கள்? இப்போது ஃபேர் அண்ட் லவ்லியை

உபயோகித்து வரும் ஆண்கள்தானே. நம் வாடிக்கையாளர்களை நாமே இழுத்து என்ன ஆகிவிடப் போகிறது? சட்டைப் பையில் உள்ள பணத்தை எதற்கு எடுத்து பாண்ட் பாக்கெட்டுக்குள் போட்டுக்கொள்வது? இது தேவையற்ற வேலை.' இப்படி நினைத்ததால் அந்த கம்பெனி செயல்படாமல் இருந்திருக்கலாம்.

ஆனால் மார்க்கெட் என்னும் காட்டில் போட்டியாளர் என்னும் கழுகுகள் நம் இரையைக் கவர்ந்து செல்லக் காத்துக்கொண்டிருக்கின்றன என்பதை ஏனோ மறந்தனர் இந்துஸ்தான் யூனிலீவர். அப்பேற்பட்ட ஒரு கழுகுதான் 'இமாமி' கம்பெனி. பார்த்தது, கொல்கொத்தாவைச் சேர்ந்த இந்தக் கழுகு. ஆண்களுக்கு என்று பிரத்யேகமாக 'ஃபேர் அண்ட் ஹேண்ட்சம்' என்ற புதிய ப்ராண்டை அறிமுகப்படுத்தி 'இன்னுமா பெண்கள் உபயோகிக்கும் ப்ராண்டை உபயோகித்துக்கொண்டிருக்கிறீர்கள்? சீ சீ, வெட்கமாக இல்லை. இதோ உங்களுக்கென்றே புதிய சிவப்பழகு க்ரீம். இதை வாங்கித் தடவுங்கள். உங்களிடம் மயங்கி, உங்கள் மேலே வந்து விழும் பெண்களைப் பிடிக்க ரெடியாக இருங்கள்' என்று ஆண்களைக் குறி வைத்து விளம்பரப்படுத்தியது.

அதுவரை வேறு வழியில்லாமல் 'ஃபேர் அண்ட் லவ்லி'யை உபயோகித்து வந்த ஆண்கள் 'கண்டேன் ராமனை' என்று 'ஃபேர் அண்ட் ஹேண்ட்சம்'முக்குத் தாவினர். அதுவரை தங்களுக்கென்று சிவப்பழகு க்ரீம் இல்லை என்பதால் எதையும் உபயோகிக்காமல் இருந்த ஆண்களும் 'ஃபேர் அண்ட் ஹேண்ட்சம்'மை வாங்க ஆரம்பித்தனர். 'ஃபேர் அண்ட் ஹேண்ட்சம்'மின் விற்பனை ராக்கெட் வேகத்தில் பறந்தது. 'ஃபேர் அண்ட் லவ்லி'யின் விற்பனை அடி வாங்கியது.

சட்டைப் பையில் இருக்கும் பணத்தை எடுத்து எதற்கு பாண்ட் பாக்கெட்டுக்குள் போட்டுக்கொள்வது என்றிருந்தது இந்துஸ்தான் யூனிலீவர். ஆனால் என்ன ஆனது? இமாமி கம்பெனியோ இந்துஸ்தான் யூனிலீவரின் சட்டைப் பையில் கையை விட்டு அந்தப் பணத்தை எடுத்துத் தன் சட்டைப் பையில் போட்டுக்கொண்டுவிட்டது.

உங்கள் ப்ராண்டுகளை நீங்களே வெல்ல முற்படவேண்டும். அப்போதுதான் உங்கள் வாடிக்கையாளர்களும் உங்கள் பணமும்

உங்களிடமே இருக்கும். அது சட்டைப் பையில் இருந்தால் என்ன, இல்லை அங்கிருந்து பாண்ட் பாக்கெட்டுக்குப் போனால்தான் என்ன? பணம் உங்களிடமே இருந்தால் போதுமே!

கட்த்ரோட் போட்டி நிறைந்த யுகத்தில் நாம் வாழ்கிறோம். இதில் நீங்கள் எவ்வளவு பெரிய கம்பெனியாக இருந்தாலும் உங்கள் போட்டியாளர் இன்னொரு பெரிய கம்பெனியாகத்தான் இருக்கவேண்டும் என்கிற அவசியம் இல்லை என்பதைப் புரிந்துகொள்ளவேண்டும். மொபைல் தகவல்தொடர்பு மார்க்கெட்டில் கொடி கட்டிப் பறந்துகொண்டிருந்தன 'ஏர்டெல்', 'வோடாஃபோன்', 'ரிலையன்ஸ்', 'ஐடியா' போன்ற ப்ராண்டுகள்.

'எங்கிருந்தோ வந்தான் இடைச் சாதி நான் என்றான்' என்று மார்க்கெட்டில் நுழைந்தான் 'டோகோமோ' என்கிற கர்ணன்.

டோகோமோ நுழையும்முன் அனைத்து ப்ராண்டுகளும் ஒரு நிமிடத்துக்கு இவ்வளவு என்கிற முறையில்தான் நம்மை பில் செய்துகொண்டிருந்தார்கள். அதாவது பத்து செகண்ட் பேசினாலும் ஒரு நிமிடத்துக்கு உண்டான ரேட்டைக் கொடுக்க வேண்டும். மொபைல் ஃபோனை நம் கையில் கொடுத்து கபாலத்தில் மொட்டை போட்டுக்கொண்டிருந்தனர் ஏர்டெல் கூட்டத்தினர். இதில் வேடிக்கை என்னவென்றால் வாடிக்கை யாளர்கள் பலருக்கு இந்த மேட்டரே தெரியாது.

உள்ளே நுழைந்த டோகோமோ, 'எதற்கு நிமிடக் கணக்கில் பில் கட்டிக்கொண்டிருக்கிறீர்கள், எங்களிடம் வாங்கள், நீங்கள் பேசும் விநாடிகளுக்கு மட்டும் பணம் கொடுங்கள்' என்று விளம்பரம் செய்தது. இதன் பின்னர்தான் பல வாடிக்கையாளர் களுக்குத் தாங்கள் இதுவரை மொட்டை அடிக்கப்பட்டுக் கொண்டிருந்தது தெரியவந்தது. வாடிக்கையாளர்கள் பலரும் அடித்த வரை மொட்டை போதும், இனி தலையில் முடி வளர்ப்போம் என்று டோகோமோவுக்குத் தாவினர். அந்தச் சமயத்தில் புதிய வாடிக்கையாளர் சேர்ப்பில் இந்தியாவிலேயே நம்பர் ஒன் இடத்துக்குச் சென்றது டோகோமோ.

அதுவரை மொட்டை அடித்துக்கொண்டிருந்த ஏர்டெல், ஐடியா, வோடோஃபோன் கும்பல் சுதாரித்து எழுந்து, 'இனியும் சும்மா

இருந்தால் நமக்கு மொட்டை போட்டுவிடுவார்கள் வாடிக்கை யாளர்கள்' என்று அவர்களும் விநாடிக் கணக்குக்கு மாறினர். அவர்கள் மாறுவதற்குள் டோகோமோவின் விற்பனை அதிகரித்து தகவல்தொடர்பு ப்ராண்டுகளின் டாப் வரிசைக்கு அது வந்துவிட்டது.

'இங்கிவனை யான் பெறவே என்ன பாவம் செய்துவிட்டோம்' என்று மாற்றிப் பாடி அழ ஆரம்பித்தனர் ஏர்டெல்லும் மற்றவர்களும்!

டோகோமோ நமக்குக் கற்றுத் தரும் இன்னொரு பாடமும் உண்டு. நீங்கள் எவ்வளவு பெரிய ப்ராண்டாக இருந்தாலும் சரி, உங்கள் பொருள் வகையில் ஏதேனும் புதிய வரவு வந்தாலோ, புதிய முறையில் எந்த சின்ன ப்ராண்ட் தாக்குதல் மேற் கொண்டாலோ அதை முளையிலேயே கிள்ளி எறியவேண்டும். சின்னதுதானே என்று காலில் குத்திய முள்ளைக் கண்டு கொள்ளாமல் விட்டால் காலில் சீழ் கோர்த்து, செப்டிக் ஆகி, காலையே எடுக்கவேண்டிய நிலைகூட ஏற்படலாம். அதன் பின் 'சட்டி சுட்டதடா' என்று நொண்டிக் கொண்டே ஆலயமணி சிவாஜி கணேசன் கணக்காக அலைவதில் அர்த்தம் இல்லை!

இருபது இருப்பத்தைந்து வருடங்களுக்கு முன்னால் ஷாம்பு மார்க்கெட்டில் இந்தக் கதை வெகு விமரிசையாக நடந்தேறியது. 1970-களிலும் 1980-களின் ஆரம்பத்திலும் 'ஹேலோ', 'சன்சில்க்', 'லாக்மே', 'க்ளினிக் ப்ளஸ்' போன்ற ஷாம்பு ப்ராண்டுகள் கொடி கட்டிப் பறந்துகொண்டிருந்தன. ஆனால் அவர்கள் அப்போது ஷாம்புவை பாட்டிலில் மட்டுமே விற்றுக்கொண்டிருந்ததார்கள். சிறிய சைஸ் சாஷேக்கள் கண்டுபிடிக்கப்படவில்லை.

அதை கண்டுபிடித்தவர் சின்னி கிருஷ்ணன் என்பவர். இவர் வேறு யாருமில்லை, இன்று புகழ் பெற்று விளங்கும் சென்னையைச் சேர்ந்த கவின்கேர் கம்பெனியின் சி.கே. ரங்கநாதனின் தந்தை. நடுத்தர வர்க்க மக்களுக்கும் ஏழை மக்களுக்கும் கூடத்தான் தலையில் முடி இருக்கிறது. அவர் களுக்கும் அதைச் சுத்தம் செய்து, பராமரித்து, அழகாக வைத்துக் கொள்ள ஆசையிருக்கிறது. ஆனால் அவர்களுக்கு 30, 40 ரூபாய் கொடுத்து ஷாம்பு பாட்டில் வாங்க வசதியில்லை. இவர்களுக்கு எப்படி ஷாம்புவைக் குறைந்த விலையில் கொடுக்கலாம் என்று யோசித்ததன் பயனால் சாஷேயேக் கண்டுபிடித்தார். அதாவது

சிறிய அளவில் ஷாம்புவைக் கொடுக்கும்போது அதற்குண்டான சின்ன விலையை எல்லாரும் கொடுக்க முடியும் என்கிற புத்திசாலித்தனமான எண்ணமே காரணம்.

சின்னி கிருஷ்ணனின் மகன் ராஜ்குமார் என்பவர் முதலில் இந்த ஐடியாவைச் செயல்படுத்தி 'வெல்வெட் ஷாம்பு' என்ற ப்ராண்டை அறிமுகப்படுத்தினார். சிறிய சாஷே, சிக்கனமான விலை, சிறந்த ஷாம்பு என்று வெல்வெட்டின் விற்பனை சீறிக்கொண்டு பறந்தது. அதன் பின் அவர் தம்பி சி.கே. ரங்கநாதன் 'சிக் ஷாம்பு'வை அறிமுகப்படுத்த, அது வெல்வெட்டின் விற்பனையையும் தாண்டி, கிண்டி ரேஸ் குதிரை கணக்காகப் பாய்ந்தது. இவர்களைப்போல் தமிழ்நாட்டில் இங்கும் அங்குமாகப் பல சிறிய ஷாம்பு ப்ராண்டுகள் சாஷேக்களில் முளைத்து சந்தோஷமாக விற்றுவந்தன. இந்த சாஷே புரட்சி புஷ்டியாக வளர்ந்து, படிப்படியாக முன்னேறி, பரப்பரப்பாக விரிந்து 1980-களின் முடிவில் 'சிக்' தென் இந்தியாவின் நம்பர் ஒன் இடத்தைப் பிடித்தது.

இத்தனையும் நடந்துகொண்டிருக்கையில், ஷாம்பு மார்க்கெட் தங்கள் கையை விட்டுக் கொஞ்சம் கொஞ்சமாக நழுவிக் கொண்டிருக்கையில், ஷாம்பு மார்க்கெட் தீப்பற்றி எரிந்து கொண்டிருக்கையில், லீடிங்கில் இருந்த ஹேலோ, சன்சில்க், க்ளினிக் ப்ளஸ் போன்ற நீரோ மன்னர்கள் ஃபிடில் வாசித்துக் கொண்டிருந்தார்கள்.

சின்ன சாஷேதானே என்று கண்டுகொள்ளாமல் இருந்தனர் ஹேலோ கூட்டத்தினர். ஊர் பெயர் தெரியாத ப்ராண்ட்தானே என்று ஊதித் தள்ளினார்கள் அவர்கள். தங்கள் பங்குக்கு சாஷேவை அறிமுகப்படுத்தாமல் காலம் தாழ்த்தி வந்தனர். இந்த சாஷே சமாசாரம் எல்லாம் ரொம்ப நாள் தாக்குப் பிடிக்காது, வாடிக்கையாளர்கள் மீண்டும் பாட்டிலுக்கே மாறிவிடுவார்கள் என்ற மப்பில் இருந்தார்கள். அவர்கள் உறக்கம் கலைந்து எழுந்து தங்கள் பங்குக்கு சாஷேக்களை அறிமுகப்படுத்துவதற்குள் சிக்கும் வெல்வெட்டும் தென் இந்தியாவையே ஆளத் தொடங்கிவிட்டன.

'பொறுத்தார் பூமி ஆள்வார்' என்பது பழமொழியாக இருக்கலாம். ஆனால் மார்க்கெட்டிங்கில் 'பொறுத்தார் டம்மி ஆவார்'. எத்தனை சிறிய ப்ராண்டாக இருந்தாலும் எந்த ஒரு

வியூகத்தையும் லேசாக நினைத்து விடக்கூடாது. எந்த மார்க்கெட்டிங் செயல்களையும் அசால்ட்டாக அவாய்ட் செய்யக்கூடாது. போட்டியாளரின் எந்த மூவையும் முளையிலேயே கிள்ளி எறியவேண்டும். சின்ன விருட்சமாகப் பிறந்த சிக்தான் வளர்ந்து பெரிய ப்ராண்டுகளைக்கூடச் சின்னா பின்னமாக்கியது என்பதை நினைவில் கொள்ளவேண்டும்.

க்ருணசேஷ: அக்னிசேஷ: ச சத்ருசேஷ: ததைவ ச
புண: புண: ப்ரவர்தந்தே தஸ்மாச்சேஸம் ந ரக்ஷயேத்

கடன், நெருப்பு, எதிரிகள் ஆகியோர் படுவேகமாகப் பெரிதாகக் கூடியவர்கள். எனவே இவர்களை விட்டுவைக்கவே கூடாது.

இது கட் த்ரோட் காம்பெடிஷன் உலகம். இதில் உங்கள் ப்ராண்ட் எத்தனை பெரியதாக, வலிமையாக இருந்தாலும் எங்கேயோ வீக்னெஸ் ஒளிந்திருக்கிறது என்பதை உணருங்கள். வலிமையில் வில்லங்கம் உண்டு என்பதைப் புரிந்து செயல்படுங்கள். பெரிய ப்ராண்டாக இருந்தாலும் அதிலும் எங்கேயோ ப்ராப்ளம் இருக்கும் என்பதை உணர்ந்து செயல்படுங்கள்.

'ஐயோடெக்ஸ்' இந்தியர்களுக்கு சுளுக்கு எடுத்துவிடுவதில் நம்பர் ஒன் ப்ராண்டாக இருந்தது. ஆம், இருந்தது. முன் ஒரு காலத்தில். சின்னதாக வந்து, சில்மிஷம் செய்து, சீறிப் பாய்ந்து ஐயோடெக்ஸுக்கே சுளுக்கு எடுத்த ப்ராண்ட்தான் 'மூவ்'. மூவ் வெற்றி பெற்றது ஐயோடெக்ஸின் வீக்னஸைக் கண்டு பிடித்ததில். மூவ் முன்னேறியது ஐயோடெக்ஸின் குறையை முறையாக கவனித்ததில்.

சுளுக்கு என்றாலே ஐயோடெக்ஸ்தான் என்றிருந்தது ஒரு காலம். ஐயோடெக்ஸ் போட்டால் எந்த சுளுக்கும் மளுக்கென்று போய்விடும் என்று வாடிக்கையாளர்கள் நம்பியிருந்தது ஒரு காலம். வெற்றியின் மயக்கத்தில் சுளுக்கு ராஜா ஐயோடெக்ஸ், தளுக்காகத் தனிக் காட்டு ராஜாவாக இருந்தது ஒரு காலம். அதன்பின் ஆரம்பித்தது ஐயோடெக்ஸுக்குப் போதாத காலம்! அப்போதுதான் 'பரஸ் பார்மசூட்டிகல்' என்கிற கம்பெனி மூவை அறிமுகப்படுத்தியது.

சுளுக்கெடுப்பதில் ஐயோடெக்ஸ்தான் சிறந்தது என்று வாடிக்கையாளர்கள் நிச்சயமாக நம்புகிறார்கள். அதுதான் அந்த

ப்ராண்டின் வலிமை. அதில் மோதினால் நாம் இருக்கும் இடம் தெரியாமல் போய்விடுவோம் என்பதை நன்கு உணர்ந்த மூவ், ஐயோடெக்ஸின் வீக்னெஸைக் குறிவைத்துத் தாக்கியது.

வலிமையான ஐயோடெக்ஸுக்கும் ஒரு வீக்னெஸ் இருக்கத்தான் செய்தது. ஐயோடெக்ஸ் ஒரு வித ப்ரவுன் கலரில் கிட்டத்தட்ட அழுக்கான தைலம் போல்தான் இருக்கும். அதை இடுப்பில் தடவிக்கொண்டால் அந்த கலர், அணிந்திருக்கும் சட்டையிலோ, புடைவையிலோ ஒட்டிக்கொண்டு கறை ஆகிவிடும். அதனால்தான் வாடிக்கையாளர்கள், சுளுக்கு பிடித்துக்கொண்டால் இரவு வரை பொறுத்திருந்து, இடுப்பில் ஐயோடெக்ஸைத் தடவிக்கொள்வார்கள். இதைத்தான் குறி வைத்துத் தாக்கியது மூவ்.

'சுளுக்கு வந்தால் ஏன் இரவுவரை பொறுத்துக்கொண்டு சிரமப் படுகிறீர்கள்? மூவ் தடவுங்கள். அது சுளுக்கைப் போக்குவதுடன் நீங்கள் அணிந்திருக்கும் உடையையும் கறையாக்காது. கவலையின்றிச் செல்லுங்கள், கலகலப்பாக இருங்கள்' என்று பொசிஷனிங் செய்து விளம்பரப்படுத்தியது. சுளுக்கு வந்து அவதிப்பட்டவர்களுக்கு இது ஒரு பெரிய வரப்பிரசாதமாகப் பட்டது. 'ஆமாம், எதற்கு சுளுக்குடன் நாள் முழுவதும் அவதிப்படவேண்டும். மூவ் பெட்டராகத் தெரிகிறதே' என்று மூவுக்குத் தாவ, அந்த ப்ராண்டின் விற்பனை அமர்களப்படத் தொடங்கியது. இன்று ஐயோடெக்ஸுக்கே மூவ் தடவ வேண்டிய அளவுக்குச் சுளுக்கு!

இதிலிருந்து நாம் தெரிந்துகொள்ளவேண்டிய பாடம் இதுதான். எத்தனை பெரிய ப்ராண்டாக இருந்தாலும் அதற்கும் ஒரு வீக்னெஸ் இருக்கும். பெரிய ப்ராண்டைத் தாக்கும்போது அதன் வலிமையைத் தாக்காமால் அதன் வீக்னெஸைத் தாக்கினால் வெற்றி வாய்ப்பு பிரகாசமாக இருக்கும்.

பொதுவாகவே ஒரு வலிமையான போட்டியாளரின் வீக்னெஸைத் தாக்கும்போது அந்தப் போட்டியாளர் பதிலடி கொடுப்பது முடியாததாகிவிடும். அப்படிப் போட்டியாளரை பதிலடி கொடுக்க முடியாமல் தாக்குவதுதான் மார்க்கெட்டிங்கின் போர்த் தந்திரம். நாம் மேலே பார்த்த 'ஃபேர் அண்ட் லவ்லி' நமக்குச் சொல்லித் தரும் மற்றொரு பாடம் இது.

‘ஃபேர் அண்ட் லவ்லி’ சிவப்பழகின் அவசியத்தையும் சிவப் பழகு கிடைப்பதால் வரும் பயன்களையும் பல வருடங்களாக விளம்பரப்படுத்தி வந்ததால் சிவப்பழகுக்கு என்ற ஒரு சந்தையை அதுவே நாட்டில் உருவாக்கிவிட்டிருந்தது. இந்தக் கால கட்டத்தில்தான் ‘ஃபேர் அண்ட் ஹேண்ட்சம்’ அறிமுகப்படுத்தப் பட்டது. அதன் வேலை மிகச் சுலபமாகப் போய்விட்டது. அதுதான் சிவப்பழகின் பயனை ‘ஃபேர் அண்ட் லவ்லி’ துல்லியமாக மக்களுக்குச் சொல்லிவிட்டிருந்ததே.

‘ஃபேர் அண்ட் ஹேண்ட்சம்’ செய்ததெல்லம் ஒன்றுதான்: ‘ஆண்களே, இங்கே வாருங்கள், இதுதான் உங்களுக்கு’ என்று விளம்பரப்படுத்தியதுதான். ‘ஃபேர் அண்ட் லவ்லி’ அதன்பின் எவ்வளவு கரடியாகக் கத்தி, உத்திகள் அமைத்தபோதும் அதன் பயன் ‘ஃபேர் அண்ட் ஹேண்ட்சம்’முக்குத்தான் சென்றது.

வலியமையான ப்ராண்டுகளைப் பதவியிறக்கம் செய்யும் இன்னொரு வழி அவர்கள் தரும் பயனைவிட ஒரு படி கூட அளிப்பது. ‘நைசில்’ என்றாலே வியர்க்குரு ஸ்பெஷலிஸ்ட் என்றிருந்த காலம் உண்டு. அந்த ப்ராண்டுக்கே வியர்க்குரு வரவழைத்தது ‘டெர்மிகூல்’ என்கிற ப்ராண்ட். இந்த டெர்மிகூல் ப்ராண்டும் மூவைப் போலவே ‘பரஸ் பார்மசூட்டிகல்ஸ்’ கம்பெனியுடையது.

நைசில் பவுடரை வெயில் காலங்களில்தான் உபயோகிப்பார்கள் மக்கள். பார்த்தது டெர்மிகூல். ‘எங்கள் பவுடரை உபயோகித் தால் வெயில் காலத்தில்கூட ஐஸில் இருப்பதுபோல் சில்லென்று இருக்கும் என்று கூறி விளம்பரப்படுத்தியது. சில் பவுடரை வாடிக்கையாளர்கள் ஏகத்துக்கும் வாங்க அதன் விற்பனை சல்லென்று ஏறியது. நைசிலின் விற்பனை சுள்ளென்று சுட்டுக் கொண்டு கீழே இறங்கியது.

இந்நேரம் போட்டியாளரைப் பற்றிப் புரிந்துகொண்டிருப்பீர்கள். போட்டியின் உக்கிரத்தை அறிந்துகொண்டிருப்பீர்கள். எது எப்படியோ, ப்ராண்ட் வண்டியை ஓட்டிக்கொண்டு செல் கிறீர்கள். போட்டியாளர்மீது ஒரு கண் வையுங்கள். அவர்களின் நடவடிக்கைகளைக் கவனித்துக்கொண்டே இருங்கள். அவர் களின் அடுத்த உத்தியை அவர்கள் அறியும் முன்னரேயே நீங்கள் அறிய முயலுங்கள்.

அடுத்த அத்தியாயத்துக்குப் போகும்முன் நான் எங்கேயோ படித்த போட்டியாளர்களின் உக்கிரத்தை விளக்கும் பொன் வாக்கு ஒன்றைச் சொல்கிறேன்:

'விருந்தை விரைந்து உண்ணுங்கள். இல்லேயேல் நீங்களே விருந்தாவீர்கள்!'

பாவ நிவர்த்தி ஹோமம்

போட்டியாளர்களைச் சமாளிக்கப் பல உத்திகள் உண்டு என்றாலும் உங்கள் ப்ராண்டின் தன்மைக்கு ஏற்ப, மார்க்கெட்டில் உங்கள் ப்ராண்ட் இருக்கும் நிலைமைக்கு ஏற்பத்தான் நீங்கள் உங்கள் உத்திகளை வடிவமைக்கவேண்டும்.

நம்பர் ஒன் இடத்தில் இருக்கும் ப்ராண்டுகள் தங்களின் மார்க்கெட் ஷேரைப் பாதுகாக்க 'டிஃபென்ஸ்' ஆட்டம் ஆட வேண்டும். உங்கள் ப்ராண்டைச் சுற்றிப் பாதுகாப்பு வளையம் அமைக்கும் விதத்தில் உங்கள் உத்திகள் அமையவேண்டும். 'விக்ஸ்', 'மீரா', 'சஃபோலா', 'மேகி', 'ஃபேர் அண்ட் லவ்லி' போன்ற நம்பர் ஒன் ப்ராண்ட்கள் செய்வது இதைத்தான். நம்பர் ஒன் இடத்தில் இருக்கும்போது தங்கள் ப்ராண்ட் விற்பனையை மட்டும் பெருக்கும் உத்தியை வகுக்காமல் ப்ராண்டைச் சேர்ந்த பொருள் வகையின் விற்பனையைப் பெருக்கும் முயற்சி களையும் மேற்கொள்ளவேண்டும்.

'க்ளினிக் ப்ளஸ்' ஷாம்புகளில் நம்பர் ஒன் ப்ராண்ட். இந்தியர் களில் சுமார் 40 சதவீதத்துக்கும் குறைவானவர்களே ஷாம்பு உபயோகிப்பவர்கள். மற்றவர்களில் பெரும்பாலானோர் தலைக்கு சோப்பைத்தான் உபயோகிப்பவர்கள். அதனால்தான் க்ளினிக் ப்ளஸ் தன் விளம்பரங்களில் 'தலை முடிக்கு சோப்பை உபயோகிக்காதீர்கள், அப்படிச் செய்தால் முடி சொரசொர வென்று ஆகி நாளடைவில் முடி கொட்ட ஆரம்பித்துவிடும். தலை முடிக்கு ஷாம்புவே சிறந்தது. ஆகவே இன்றிலிருந்து க்ளினிக் ப்ளஸ் உபயோகியுங்கள்' என்று கூறி விளம்பரப்படுத்து கிறது. தன் விற்பனையைப் பெருக்கப் பொருள் வகையின் விற்பனை மேம்பாட்டுச் செயல்களைச் செய்வது நம்பர் ஒன் ப்ராண்டுக்குப் பயன் தரும். 'கோல்கேட்', 'விஸ்பர்' போன்ற ப்ராண்டுகள் இந்த உத்தியைக் கையாளுவதை நீங்களே விளம்பரங்களில் பார்க்கலாம்.

டிஃபென்ஸ் ஆட்டம் நம்பர் ஒன் ப்ராண்டுடையது என்றால் அதே சந்தையில் இருக்கும் நம்பர் டூ ப்ராண்ட் ஆடவேண்டியது அதிரடி ஆட்டம். நம்பர் ஒன் ப்ராண்டை ஒரு கை பார்க்க வேண்டும். அதற்காக நேருக்கு நேர் மோதவேண்டும் என்று சொல்லவில்லை. அப்படிச் செய்வது சில சமயங்களில் தோல்வியில்கூட முடியலாம். நம்பர் ஒன்னைக் குறி வைத்துத் தாக்கும் உத்திகளை வகுக்கவேண்டும். நாம் ஏற்கெனவே பார்த்த 'விஜய் டீவி'யின் கதையையும் அதன் உத்திகளையும் மீண்டும் நினைவுபடுத்திக்கொள்ளுங்கள்.

சிறிய ப்ராண்டுகள் என்ன செய்யவேண்டும்? போட்டி உத்தி களை எப்படி வகுக்கவேண்டும்? முதல் காரியமாக அத்தகைய ப்ராண்டுகள், தங்கள் மார்க்கெட்டில் உள்ள பெரிய ப்ராண்டு களோடு மோதுவதை அறவே தவிர்க்கவேண்டும். என்னதான் வேகமாக சைக்கிளில் போய் கார்மீது மோதினாலும் அடி உங்களுக்கும் உங்கள் சைக்கிளுக்கும்தான். சைக்கிளில் செல்லும் ப்ராண்டுகள் ஓரமாக, பெரிய வண்டிகளின் பாதையிலிருந்து விலகிப் பயனிப்பது பாதுகாப்பானது. பயன் தரக்கூடியது.

அத்தகைய ப்ராண்டுகள், பெரிய ப்ராண்டுகள் தொடாத பொருள் வகைகளில் போட்டியிடலாம். இல்லை அவர்கள் விளை யாடாத செக்மெண்ட்களில் அறிமுகப்படுத்தப்படலாம். ஓர் உதாரணம் கொண்டு இதைப் பார்ப்போம். தலையில் பேன் போக்கும் ஷாம்பு மார்க்கெட் மிக மிகச் சிறியது. பெரிய கம்பெனிகள் இந்தச் சிறிய மார்க்கெட்டில் எதற்கு ப்ராண்டை அறிமுகப்படுத்துவது என்று கண்டுகொள்ளாமல் விட்டு விட்டன. அந்தச் சிறிய மார்க்கெட்டில் ஒரு சிறிய ப்ராண்ட் நைசாக நுழைந்து சைசாக வளர்ந்து இன்று கொடி கட்டிப் பறக்கிறது. அதுதான் 'மெடிகெர் ஷாம்பு'.

ஞாபகத்தில் வைத்துக்கொள்ளுங்கள். பெரிய குளத்தில் சின்ன மீனாகவும் இருக்கலாம். சின்ன குளத்தில் பெரிய மீனாகவும் இருக்கலாம். மெடிகெர் இரண்டாவது ரகம்!

பெரிய ப்ராண்டுகள் நிறைந்த மார்க்கெட்டில் போட்டியிடும் போது அந்தப் பெரிய ப்ராண்டுகள் செய்வதையே செய்தால்தான் தாக்குப் பிடிக்க முடியும் என்று நினைப்பது தோல்வியில் முடியலாம். இன்னும் சொல்லப்போனால் அது போன்ற நிலையில்தான் புதிய உத்திகளை வகுக்கவேண்டியது அவசியம்.

இன்னும் சொல்லப்போனால் பெரிய ப்ராண்டுகளின் ஊடே சந்தில் சிந்து பாடி சைலண்டாக டிராஃபிக் கேப்பில் புகுந்து செல்லும் சென்னை ஆட்டோக்கள்போல் செல்லவேண்டும்.

உங்களை ஒன்று கேட்கிறேன். விஸ்வநாதன் ஆனந்துடன் நீங்கள் ஆடவேண்டும் என்ற ஒரு பரிதாப நிலைமை வருகிறது என்று வைத்துக்கொள்வோம். நீங்கள் என்ன செய்வீர்கள்?

'பார்த்து ஆடுவேன்', 'யோசித்துச் செயல்படுவேன்' என்று நீங்கள் என்ன சொன்னாலும், எப்படி ஆடினாலும் அவர் உங்களை செஸ் போர்டிலேயே படுக்க வைத்து, பரலோகத்துக்கு பார்சல் செய்துவிடுவார். அப்படி இருக்கும்போது நீங்கள் என்ன செய்யவேண்டும்?

அவருடன் செஸ் விளையாடாமல் இருக்கவேண்டும்!

அதற்கு பதில் அவருடன் வேறு ஏதாவது ஆட்டம் ஆடுகிறேன் என்று கூறுங்கள். அதாவது அவரின் பலத்தோடு மோதாமல் ந்யூட்ரலாக கேரம் போர்ட், கிரிக்கெட், ஃபுட்பால் இல்லை கபடிகூட ஆடுங்கள். இப்போது வெற்றி வாய்ப்பு சரிசமமாக இருக்கலாம். யார் கண்டது, அந்த ஆட்டத்தில் நீங்களேகூட விஸ்வநாதன் ஆனந்தைத் தோற்கடிக்கலாமே.

நாம் முன்னே பார்த்த 'ஃபேர் அண்ட் ஹேண்ட்சம்' கதை அப்படிப்பட்டதுதானே. 'ஃபேர் அண்ட் லவ்லி' என்கிற விஸ்வநாதன் ஆனந்துடன் எதற்கு நேருக்கு நேர் மோத வேண்டும் என்றுதானே இமாமி ஆண்களுக்காக 'ஃபேர் அண்ட் ஹேண்ட்சம்'மை அறிமுகப்படுத்தியது. அதாவது நம்பர் ஒன் ப்ராண்டை அவர்களின் கோட்டையிலிருந்து வெளியே இழுத்து, பொதுவான இன்னொரு போர்க்களத்துக்கு அழைத்துவந்து 'இங்க, இப்ப என்னுடன் மோதிப் பார்' என்று அறைகூவல் விட்டு அட்டகாசமாக வெற்றி பெற்ற 'ஃபேர் அண்ட் ஹேண்ட்சம்' நமக்குக் கற்றுத் தரும் பாடத்தை நாம் நினைவில் வைத்துக்கொள்வது நல்லது.

போர்க்களத்தில் தந்திரங்களை வகுக்கும்போதும் சரி, மார்க்கெட்டில் போட்டியாளர்களைச் சமாளிக்க உத்திகளை வரையும்போதும் சரி, 'சினாரியோ ப்ளானிங்' என்பது மிக முக்கியம். அதாவது 'போட்டியாளர்களின் உத்திகள் எப்படி

இருக்கலாம், வேறு என்ன வகைகளில் அமையலாம் என்று பலதரப்பட்ட வகைகளில் சிந்தித்து' ஒவ்வொரு உத்திக்கும் ஒரு பதிலை ரெடியாக வடிவமைத்து வைத்திருப்பது. போட்டியாளர் எதையாவது செய்யட்டும், அதன்பின் பார்த்துக்கொள்ளலாம் என்று நினைப்பது முட்டாள்தனம். மார்க்கெட்டிங் என்பது ஒரு வேகமான ஆட்டம். போட்டியாளர்கள் உங்களுக்கு டைம் கொடுக்கமாட்டார்கள்; பச்சாதாபம் காட்ட மாட்டார்கள். அவர்களின் ஒவ்வொரு மூவையும் ப்ரெடிக்ட் செய்து அதற்கு உண்டான சாதக பாதகங்களை அலசி ஆராய்ந்து பதிலடியை ரெடியாக வைத்திருப்பது விவேகமானது.

கடைசியாக உங்களுக்கு ஒரு சின்ன அட்வைஸ். நீங்கள் பெரிய பிசினஸ்மேன், வெற்றிகரமான ப்ராண்டின் சொந்தக்காரர் என்று பத்திரிகைகள் உங்களைப் பேட்டி எடுக்க வருவார்கள். எதாவது விஷயத்தில் உங்கள் கருத்தைக் கேட்க விரும்புவார்கள். நீங்களும், 'நான் இதை இதையெல்லாம் செய்யலாம் என்றிருக்கிறேன். எங்கள் கம்பெனி இப்படி எல்லாம் செய்யப்போகிறது' என்று உளறித் தொலைக்காதீர்கள். உங்கள் உத்திகளை ரகசியமாக வைத்துச் செயல்படுத்துவதுதான் புத்திசாலித்தனமான போர்த் தந்திரம்.

'நான் சொல்றதத்தான் செய்வேன், செய்யறதத்தான் சொல்வேன்' என்பது சினிமாவில் வேண்டுமானால் சொல்ல நல்ல பன்ச் டயலாகாக இருக்கலாம். மார்க்கெட்டிங்கில் அப்படிச் செய்தால் உங்களுக்கும் உங்கள் ப்ராண்டுக்கும் 'நாக் அவுட் பன்ச்'தான்! உஷார்!

7

ப்ராண்ட் வளர்ப்பில் 'வழுக்கல்'

தொழிலதிபர் ஒருவர் தன் பிசினஸ் தோல்வி அடைந்த வெறுப்பில் இருந்தபோது அவரை அவருடைய நண்பர் கேட்டாராம், 'ஏன் சார் உங்க பிசினஸ் தோல்வி அடைந்தது?'

அதற்கு தொழிலபதிபர், 'அதிக விளம்பரங்களாலும் விற்பனை மேம்பாட்டுச் செயல்களாலும்' என்று பதில் அளித்தாராம்.

நண்பருக்கோ ஆச்சரியம். 'அதிக விளம்பரங் களாலா? அதிக விற்பனை மேம்பாட்டுச் செயல் களாலா? எனக்குத் தெரிந்து நீங்கள் அதற்கு சல்லிக் காசு செலவழித்துப் பார்த்ததே இல்லையே' என்றாராம் நண்பர்.

தொழிலபதிர் மிகச் சோகமாக, 'நான் செலவழிக் கலை. என் போட்டியாளர்கள் செலவழிச்சதைச் சொன்னேன்' என்றாராம்!

ப்ராண்டைக் கருவாக்கி, உருவாக்கிவிட்டால் மட்டும் போதுமா? அதை வளர்க்க வேண்டாமா? அதற்கு ஏகத்துக்கும் மெனக்கெட வேண்டுமே.

அதுவாக வளர ப்ராண்ட் என்ன அரச மரமா, இல்லை ஆல மரமா? அது ஐஆர் எட்டு பயிர். பார்த்து நடவேண்டும். பக்குவ மாகப் பராமரிக்க வேண்டும். பாதுகாத்து வைக்கவேண்டும்.

'ஒய் திஸ் கொலவெறி' என்ற பாடல் ஒரு காலத்தில் - ரொம்ப எல்லாம் இல்லை, ஒரு சில மாதங்களுக்கு முன்னர்தான் - என்ன பிரபலமாக இருந்தது! ரேடியோவைப் போட்டால் அந்தப் பாட்டுதான். இன்னமும் சொல்லப் போனால் ரேடியோவை ஆஃப் செய்தாலும் அந்தப் பாட்டுதான் கேட்டது. பக்கத்து வீட்டு ரேடியோவிலோ, அல்லது யார் வீட்டு செல்ஃபோன் ரிங் டோனாகவோ. ஆனால் இன்று யாரேனும் அந்தப் பாடலை கேட்கிறார்களா? அல்லது யோசிக்கத்தான் செய்கிறார்களா? அதை விடுங்கள். அந்த படம்தான் வெற்றி அடைந்ததா? ரீலீஸ் ஆனதுதான் தெரிந்தது. போன இடம் தெரியவில்லை. ஒரு பாட்டு ஹிட் ஆகிவிட்டால் அந்தப் படம் ஹிட் என்றே அந்தப் படக்குழுவினர் நினைத்துவிட்டனர் போலும். ப்ராண்ட் படுத்துவிட்டது!

'அழகான குழந்தைதான். ஆனால் வளர்ப்புதான் சரியில்லை, அதனால்தான் குட்டிச் சுவராகப் போய்விட்டது' என்று சிலரைப் பற்றிக் கூறப்படுவதை எத்தனை முறை கேட்டிருப்போம். நாமே எத்தனை பேரைப்பற்றிக் கூறியிருப்போம்.

'சபீனா' என்கிற ப்ராண்ட் ஞாபகம் இருக்கிறதா? பாத்திரம் கழுவப் பயன்படும் பவுடர். ஒரு காலத்தில் அந்தப் பொருள் வகையில் நம்பர் ஒன் இடத்தில் இருந்தது. இந்துஸ்தான் யூனிலீவரின் 'விம்' ப்ராண்டின் கண்களுக்குள்ளேயே விரலை விட்டு ஆட்டிய ப்ராண்ட் சபீனா. இன்று ஆட்ட விரலையும் காணோம். இன்னும் சொல்லப் போனால் ஆளையே காணோம்.

ஏன், அது என்ன செய்தது?

ஒன்றையும் செய்யவில்லை! அதுதான் காரணம்.

வெற்றியைத் தக்க வைத்துக்கொள்ளத் தெரியாமல், விற்பனை மேம்பாட்டுக் செயல்கள் புரியாமல் இருந்தால் இறங்கு முகம்தான் என்பதற்கு மிகச் சிறந்த உதாரணம் சபீனா. இன்று 'விம்', 'ப்ரில்' என்று ஏகத்துக்கும் புதிய ப்ராண்டுகள் வந்து சபீனாவை பவுடர் போட்டு அலம்பி, அலசி, அந்தண்டை தூக்கிப் போட்டுவிட்டுப் போய்விட்டன.

தாக்குவது மட்டுமே மார்க்கெட்டிங் அல்ல. தக்க வைத்துக் கொள்வதும் மார்க்கெட்டிங்தான். வாடிக்கையாளர்களைக் கவர்வது மட்டுமே மார்க்கெட்டிங் அல்ல. அவர்களைக் கெட்டியாக இழுத்துப் பிடித்து வைப்பதும் மார்க்கெட்டிங்தான். ப்ராண்டை உருவாக்க மட்டுமே மார்க்கெட்டிங் அல்ல. அதைப் பராமரித்து நீண்ட ஆயுளுடன் வாழ வழி செய்வதும் மார்க்கெட்டிங்தான்.

இதையெல்லாம் செவ்வனே செய்யத் தேவையானது ப்ராண்ட் வளர்ப்பு. ப்ராண்டை நாளொரு மேனியும் பொழுதொரு வண்ணமுமாகப் பேணும் அரவணைப்பு. அதற்கு ஆபத்து வராமல் பொத்திவைக்கும் பாதுகாப்பு. சுருங்கச் சொன்னால், ப்ராண்ட் என்னும் குழந்தையைப் பெற்றெடுத்து அதை ஒரு அம்மாவின் ஸ்தானத்தில் இருந்து வளர்க்கும் பொறுப்பு இன்றியமையாதது. அந்தப் பொறுப்பு மார்க்கெட்டருடையது.

பெற்றால் மட்டும் போதுமா? பழைய எம்ஜிஆர் பட டைட்டில் மட்டும் இல்லை இது. ஒவ்வொரு மார்க்கெட்டரையும் கேட்க வேண்டிய கேள்வி. ஒவ்வொரு மார்க்கெட்டரும் தங்கள் மனத்தில் நிறுத்தவேண்டிய கேள்வி.

ஒரு காலத்தில் டெலிஃபோன் தொடர்பு வேண்டும் என்றால் நமக்கு இருந்த ஒரே சாய்ஸ் பிஎஸ்என்எல். டெலிஃபோனை புக் செய்து ஐந்து வருடங்கள்கூடக் காத்திருக்க வைக்கும் அளவுக்கு ஏகப்பட்ட டிமாண்ட் இருந்த ப்ராண்ட் இன்று நலிந்துவருகிறது. விற்பனை தேய்ந்துவருகிறது. என்ன ப்ராப்ளம்? எதனால் இந்த நிலை? ப்ராண்டைப் பேணிப் பாதுகாக்காததால் வந்த வினை. ப்ராண்டைச் சரிவரப் பராமரிக்காததால் வந்த கேடு.

பூமியில்தான் இந்த கண்ணறாவி என்றால் ஆகாயத்திலும் இதே பிரச்னையைச் சந்தித்த ப்ராண்ட்கள் உண்டு. ஒன்றல்ல, இரண்டு ப்ராண்டுகள் - 'இந்தியன் ஏர்லைன்ஸ்' மற்றும் 'ஏர் இந்தியா'. விமான சர்வீஸ் என்றாலே இந்த இரு ப்ராண்டுகள்தான் என்றிருந்தது ஒரு காலம். பறந்தால் இந்த ப்ராண்டுகளின் உதவியால்தான். இல்லை இறக்கை கட்டிக்கொண்டு நாமே ஆகாயத்தில் பறந்தால்தான் உண்டு என்றிருந்த கட்டாயம். சக்கைப் போடு போட்ட ப்ராண்டுகள் இன்று சட்டை பேண்ட் கிழிந்து, வாடிக்கையாளர்களை இழந்து, கடன் சுமையால் அழுத்தப்பட்டு, கவலைகளால் சூழப்பட்டு, பிழைக்க

அரசாங்கத்திடம் ஐயாயிரம் கோடி ரூபாய் பிச்சை கேட்டுக் கொண்டு பரிதாபமாகப் பரிதவித்துக்கொண்டிருக்கிறது. இந்தக் கேடு கெட்ட நிலை எதனால்? முதல் இடத்தில் இருக்கிறோம், அசைத்துக்கொள்ள ஆள் இல்லை என்ற இறுமாப்பில் இருந்ததால். ப்ராண்டைச் சரிவரப் பராமரிக்காததால்.

இவை அரசாங்க ப்ராண்டுகள்; அதனால்தான் இவை நலிந்து வருகின்றன என்ற வாதம் ஒரு வகையில் உண்மைதான் என்றாலும் அது மட்டுமே காரணம் என்று சொல்வதற்கில்லை. அரசாங்கத்துக்குச் சொந்தமான ப்ராண்ட்தான் 'ஆவின் பால்'. இன்றும் பால் என்றாலே ஆவின் பால்தானே நம் மனத்தில் முதலில் தோன்றுகிறது. அதனுடன் 'ஆரோக்கியா பால்', 'ஹெரிடேஜ் பால்', 'கோமாதா பால்' என்று எத்தனையோ ப்ராண்டுகள் போட்டி போட்டும், நம்பர் ஒன் இடத்தில் இருப்பது ஆவின்தானே. அரசாங்க ப்ராண்ட் என்பதையும் மீறிய வெற்றி ஆவின் பாலின் வெற்றி. காரணம் அந்த ப்ராண்ட் நன்கு பராமரிக்கப்படுவதால். ஓரளவேனும் பேணிப் பாதுகாக்கப் படுவதால்.

ப்ராண்டை உருவாக்கச் செய்த முயற்சிகளை ப்ராண்ட் வளர்ப் பிலும் பராமரிப்பிலும் செலுத்துவது அவசியம். அந்த ப்ராண்ட் வளர்ப்பில் முக்கியப் பங்கு வகிப்பவை 'விளம்பரங்கள்'. விளம்பரங்கள் மட்டுமே ப்ராண்ட் வளர்ப்பு இல்லை என்றாலும் ப்ராண்டை வளர்க்க, போட்டியாளர்களை வீழ்த்த, காலகாலத் துக்கும் தழைக்க இன்றியமையாதவை விளம்பரங்கள்.

விளம்பரத்துக்குச் செலவழிக்கும் பணம் ஒரு நாட்டின் ராணுவ பட்ஜெட் போன்றது. ராணுவத்துக்குச் செலவழிக்கும் பணம் மற்ற நாடுகள்மீது போர் தொடுத்து அவற்றை வீழ்த்த அல்ல. நம் நாட்டை மற்ற நாடுகளிடமிருந்து பாதுகாக்க. 'எங்களிடம் வாலாட்ட நினைக்காதீர்கள், ஒட்ட நறுக்கத் தயாராக இருக் கிறோம்' என்று எதிரி நாடுகளை எச்சரிக்க. அதேபோல் விளம்பரத்துக்குச் செலவிடும் பணமும் மற்ற போட்டி ப்ராண்டு களை நம்மிடம் அண்டவிடாமல் செய்ய. எங்களிடம் சர்வ ஜாக்கிரதையாக இருங்கள் என்று எச்சரிக்கை செய்ய.

மார்க்கெட்டர்கள் பலரும் கேட்கும் கேள்வி ஒன்று உண்டு. 'விளம்பரத்துக்கு எவ்வளவு செலவழிப்பது?' என்பதுதான் அது.

அது உங்கள் ப்ராண்டின் நிலைமையைப் பொருத்தது. உங்கள் ப்ராண்ட் சார்ந்திருக்கும் பொருள் வகையைப் பொருத்தது. உங்கள் போட்டியாளர்களின் உக்கிரத்தைப் பொருத்தது. ஆஸ்திரேலிய நாட்டின் ராணுவ பட்ஜெட் இந்தியாவின் ராணுவ பட்ஜெட்டைவிட மிக மிகக் குறைவு. ஏனெனில் உலகத்தின் ஒரு கோடியில், ஆளில்லா அத்துவானத்தில், யார் அருகிலும் இல்லாமல் தனியாக இருக்கும் நாடு அது. 'எதற்கு வீணாக ராணுவத்துக்குச் செலவழிக்கவேண்டும்' என்று சாஸ்திரத்துக்கு ஏதோ கொஞ்சம் அதற்கெனச் செலவழிக்கும் நாடு அது.

ஆனால் நம் நாட்டின் கதை அப்படியா? நம்மைச் சுற்றி ஏகப்பட்ட நாடுகள். அதுவும் எப்படிப்பட்டவை. ரௌடிகள். திருடர்கள். மொள்ளமாரிகள். முடிச்சவிக்கிகள். ஒரு பக்கம் பாகிஸ்தான். அதற்கு அந்தண்டை ஆஃப்கனிஸ்தான். இந்தப் பக்கம் சீனா. இதுதவிர நாடெங்கும் தீவிரவாத அச்சுறுத்தல். அங்கங்கே பிரிவினைவாத கோஷ்டிகள். இது போதாது என்று மாவோயிஸ்டு களுடன் மல்லாட வேண்டிய நிலை. நக்ஸலைட்களை நசுக்க வேண்டிய கட்டாயம். வேறு வழியில்லாமல் ராணுவத்துக்கும் தளவாடங்களுக்கும் ஏகத்துக்கும் செலவழித்துத் தொலைக்க வேண்டிய தலையெழுத்து நமக்கு.

ப்ராண்டின் விளம்பர பட்ஜெட்டும் அதுபோலத்தான். உதாரணத் துக்கு ஷாம்பு மார்க்கெட்டில் எக்கசக்க ப்ராண்டுகள். அவர்கள் அனைவரும் விளம்பரத்துக்கும் விற்பனை மேம்பாட்டுச் செயல்களுக்கும் ஏகத்துக்கு செலவழிப்பார்கள். செலவழித்தே தீரவேண்டும். அப்பேர்ப்பட்ட பொருள் வகையில் உங்கள் ப்ராண்ட் போட்டியிடும்போது நீங்களும் நிறையச் செலவழிக்க வேண்டியிருக்கும். அப்படிச் செய்யத் தவறியதால்தான் ஒரு காலத்தில் சக்கை போடு போட்டுக்கொண்டிருந்த 'வெல்வெட்' ஷாம்பு காலமாகி இன்று அதன்மீது 'கல்வெட்டு' வைக்கப் பட்டிருக்கிறது!

ஒன்றைப் புரிந்துகொள்ளுங்கள். விளம்பரம் என்பது செலவு அல்ல. உங்கள் ப்ராண்ட் வளர நீங்கள் செய்யும் முதலீடு. ப்ராண்டைப் பராமரிக்க நீங்கள் வாங்கும் ஆயுள் காப்பீடு. உங்கள் ப்ராண்டைப் பகைவர்களிடமிருந்து பாதுகாக்க நீங்கள் போடும் வேலி.

அதனால்தான் விளம்பரத்துக்குச் செலவழிக்கும்போது 'செலவு செய்ததற்கு என்ன கிடைக்கும் என்று கேட்காமல் வெற்றி பெற எவ்வளவு செலவு செய்யவேண்டும்' என்று சிந்திப்பது பயன் தரும். உங்கள் ப்ராண்டுக்குப் பலம் தரும். உங்கள் போட்டி யாளர்களுக்குப் பயம் தரும்!

கும்பகோணத்தைச் சேர்ந்த 'கோகுல் சாண்டல்' என்கிற முகப்பவுடர் ப்ராண்ட் பிரமாதமாக விற்றுக்கொண்டிருந்த காலம் ஒன்று உண்டு. இன்று தொய்வடைந்து கொஞ்சம் கொஞ்சமாகத் தொங்கிக்கொண்டிருக்கிறது. அதன் பிரதான காரணம், போதிய விளம்பரம் இல்லாததுதான். அவர்கள் செய்யும் விளம்பரங்களும் சுமாராக, சுரத்தில்லாமல், திறமை யாக வடிவமைக்கப்படாமல் இருக்கும் காரணத்தால்தான். ஒரு காலத்தில் எங்கேயோ ஒதுங்கி ஓரமாக ஒடுங்கியிருந்த 'பாண்ட்ஸ் சாண்டல் பவுடர்' இன்று கோகுல் சாண்டலை ஓரம் கட்டி, ஓவர்டேக் செய்துவிட்டது.

இதே பரிதாபக் கதையைப் பல பொருள் வகைகளிலும் நாம் காணலாம். பல ப்ராண்டுகள் பணால் ஆனதைப் பார்க்கலாம். மால்டோவா, வீவா, ஓவல்டின் என்று ஒரு பெரிய பரிதாப ப்ராண்ட் லிஸ்டே உண்டு. இந்த ப்ராண்டுகள் விற்பனையில் ஓஹோ என்று ஒரு காலத்தில் இருந்து, பின் ப்ராண்ட் வளர்ப்பில் எக்குத்தப்பாக ஏகத்துக்கும் சொதப்பி, இன்று ஐயோ என்று அழுதுகொண்டு காணாமல் போகும் நிலையில் இருக்கின்றன.

எவ்வளவு பெரிய ப்ராண்டாக இருந்தாலும் ப்ராண்டைப் பேணிப் பராமரிக்க, போற்றிப் பாதுகாக்கத் தவறினால் தடாலென்று சறுக்க வாழைப்பழத் தோல் ரெடி; தொபுக்கடீர் என்று விழ பாழும் கிணறும் தயார். ஜாக்கிரதை!

விளம்பரங்களையும் அவற்றைக் கையாள்வதில் உள்ள நளினங் களையும் அவற்றைப் பிரயோகிப்பதில் நடக்கும் தவறு களையும் இப்போது பார்ப்போம்.

விளம்பர ஆலோசனை கேட்டு என்னிடம் வரும் மார்க்கெட் டர்கள் சொல்லும் முதல் விஷயம், 'எல்லாரும் ரசிக்கரா மாதிரி சூப்பரா ஒரு விளம்பரம் பண்ணனும் சார்' என்பதுதான். நீங்களும் அவ்வாறே நினைப்பவர் எனில் அவர்களிடம் நான் சொல்லும் பதில்தான் உங்களுக்கும்: 'எல்லாரும் ரசிக்கரா மாதிரி

இருக்கனும்னா போய் ஒரு தமிழ்ப்படம் எடுங்க. இல்ல டீவில நல்ல சீரியல் எடுங்க. விளம்பர ஐடியாவை மறந்துடுங்க.'

விளம்பரத்தின் பிரதான நோக்கம் என்னவாக இருக்கவேண்டும்? வாடிக்கையாளர்கள் மனத்தை ஏதோ ஒருவிதத்தில் வற்புறுத்த வேண்டும். உங்கள் ப்ராண்டை அவர்களுக்கு அறிமுகப் படுத்துவதாக இருக்கலாம். அவர்களை உங்கள் ப்ராண்டை வாங்கத் தூண்டுவதாக அமையலாம். உங்கள் ப்ராண்டைப் பற்றி அவர்கள் கொண்டிருக்கும் தவறான எண்ணங்களை மாற்றும் நோக்கம் கொண்டதாகக்கூட இருக்கலாம்.

உங்களால், ஒவ்வொரு வாடிக்கையாளராகப் போய்ச் சந்தித்து உங்கள் ப்ராண்டைப் பற்றி எடுத்துச் சொல்லிக்கொண்டிருக்க முடியாது. உங்கள் சார்பில் ஒவ்வொரு வாடிக்கையாளரையும் சந்தித்து உங்கள் ப்ராண்டைப் பற்றி ஏதோ ஒன்று சொல்லி, அவர்களை வற்புறுத்தத்தான் விளம்பரம். அதை அது செவ்வனே செய்தால், அதுவே பெரிய விஷயம். அதைச் செய்வதே போதுமானது. அப்படிச் செய்யும்போது அந்த விளம்பரத்தை மக்கள் ரசித்தால் அது ஒரு போனஸ். அவ்வளவே.

ஒரு விளம்பரத்தைப் பார்க்கும் வாடிக்கையாளர், 'ஆஹா, இந்த விளம்பரம் பிரமாதம்' என்று சொன்னால் என்ன அர்த்தம்? விளம்பரம்தான் அவர் கண்ணுக்குத் தெரிந்ததே ஒழிய ப்ராண்டை அவர் கவனிக்கவில்லை என்று அர்த்தம். அதற்கு பதில் அவர், 'ஆஹா, இந்த ப்ராண்ட் நல்ல ப்ராண்ட்போல் இருக்கிறது. விசாரிக்கவேண்டும், வாங்கவேண்டும்' என்று நினைத்தால் ப்ராண்டும் அதன் பயன்களும் அவருக்கு நன்றாகப் புரிந்திருக்கிறது என்று பொருள். அந்த விளம்பரம் அவரைச் சென்றடைந்திருக்கிறது என்பது தெளிவாகிறது.

வாடிக்கையாளர்கள் ரசிக்கவேண்டும் என்ற ஒரே நோக்கத்தோடு எடுக்கப்பட்டுத் தோற்றுப்போன ப்ராண்டுகள் ஏராளம். சாம்பிளுக்கு இதோ ஒன்று. சமீபத்தில் வந்த ஒரு விளம்பரம். ஒரு வயதானவர் ஓடுகிறார். அவரை ஒருவன் குதிரையின்மீதிருந்து துரத்துகிறான். பெரியவர் ஒரு சர்ச்சுக்குள் நுழைய, அவனும் குதிரையிலிருந்து இறங்கித் துரத்துகிறான். பெரியவர் கீழே விழுகிறார். துரத்தியவன் குரூரப் புன்னகையுடன் அவரை நெருங்கி துப்பாக்கியை எடுத்து அவர் வாய்க்குள் நுழைத்து சுட ஆயத்தமாகிறான். அப்போது பெரியவர் அந்தத் துப்பாக்கியைக்

கடித்துத் துப்பி, 'இப்ப என்னடா செய்வே' என்பதுபோல் அவனைப் பார்க்க, விளம்பரம் முடிகிறது. எப்படிச் சிரித்திருப்பீர்கள் இந்த விளம்பரத்தைப் பார்த்து? எத்தனை ரசித்திருப்பீர்கள்?

சரி, இது எந்த ப்ராண்ட் என்று ஞாபகம் இருக்கிறதா. சரி, அதுதான் போகட்டும், இந்த விளம்பரம் எந்தப் பொருள் வகையைப் பற்றியது என்பதாவது நினைவிருக்கிறதா? அட்லீஸ்ட் இந்த ப்ராண்டை ஒரு முறையாவது வாங்கியிருப் பீர்களா? எந்த ப்ராண்ட் என்றே உங்களுக்கு நினைவில்லை. எங்கே வாங்கியிருக்கப் போகிறீர்கள்! ஆனால் விளம்பரத்தை மட்டும் ஜோராக ரசித்தீர்கள். என்ன பிரயோஜனம்? ஆபரேஷன் சக்ஸஸ். ஆனால் பேஷண்ட் அவுட்!

ஒரு காரியம் பண்ணுங்கள். உங்களுக்குப் பிடித்த விளம்பரங் களின் லிஸ்ட் ஒன்றைப் போடுங்கள். அந்த லிஸ்டில் உள்ளதில் எத்தனை ப்ராண்டுகளை வாங்குகிறீர்கள், இல்லை வாங்கினீர்கள் என்று நினைத்துப் பாருங்கள். விளம்பரம் பிடித்து அந்த ப்ராண்டை வாங்காமல் இருந்தால் அதற்கு என்ன அர்த்தம்? அந்த விளம்பரம் வேலை செய்யவில்லை என்பதுதானே? அந்த ப்ராண்டை விற்கும் கம்பெனி அந்த விளம்பரத்துக்குச் செலவழித்த பணம் வீண்தானே? அதற்குபதில், அந்த கம்பெனி பேசாமல் போய் ஒரு திரைப்படமோ சீரியலோ எடுத்தால் தேவலை என்று நான் சொன்னால் அது சரிதானே?

விளம்பரங்கள் வாடிக்கையாளர்களை மயக்க அல்ல, வற்புறுத்த. அவர்களை வாங்க வைக்க. ப்ராண்ட் கதையை அவர்களுக்கு உணர வைக்க. அதன் பயன்களை அவர்களுக்குப் புரிய வைக்க. இதைத்தான் விளம்பரம் முக்கியமாகச் செய்யவேண்டும். முழுமையாகச் செய்யவேண்டும். அதையே கொஞ்சம் கதை அம்சத்தோடு, இசை சேர்த்து செய்வதில் தப்பில்லை. வாடிக்கை யாளர்களை வற்புறுத்தும் அதே நேரம் அவர்களை ரசிக்கவும் வைக்க முடியும் என்றால் பேஷாகச் செய்யட்டும். பாதகமே இல்லை.

'சர்ஃப்' விளம்பரங்களைப்போல. துணி அழுக்காகிவிட்டது என்று கவலைப்படுபவர் இருக்கையில் 'கறை நல்லது' என்று சொல்லும்போது 'அட' என்று நம்மை விளம்பரத்தைப் பார்க்க வைக்கிறது. 'தன் தங்கையை வழுக்கி விழ வைத்த தேங்கிய நீரை

அடிக்கும் சகோதரனின் அன்பு' நெகிழ வைக்கிறது. அந்தக் கதையின் மூலம் 'இந்தக் கறையைப் போக்கும் வல்லமை சர்ஃபுக்கு உள்ளது' என்று சொல்லும்போது அந்த விளம்பரம் நம்மை அந்த ப்ராண்டையே வாங்கவைக்கிறது.

அப்படிச் செய்து வெற்றி பெறுவதுதான் விளம்பரம். அதைச் செய்து வெற்றி பெற்ற ப்ராண்ட்தான் சர்ஃப்! அதைச் செய்யத் தவறி, வெறுமனே ரசிக்க மட்டும் வைத்துத் தோல்வியுற்ற ப்ராண்டுகளில் ஒன்றுதான் 'ஹாப்பிடெண்ட்' சூயிங் கம். கிழவர் துப்பாக்கியைக் கடித்துத் துப்பிய விளம்பரம் இந்த ப்ராண்டுடையதுதான்!

ப்ராண்டை வளர்க்க, வாழ வைக்க, விழாமல் பார்த்துக் கொள்ள விளம்பரம்தான் ஒரே வழி என்றில்லை. விளம்பரம் ஒரு பிரதான வழி. பவர்ஃபுல் ஃபார்முலா. ஆனால் அது மட்டுமே காக்கும் குல தெய்வம் இல்லை. விளம்பரத்தோடு ப்ராண்டை வளர்க்கப் பல காவல் தெய்வங்கள் உண்டு. அவற்றையும் அறிந்துகொள்ளுங்கள். அவற்றின் தன்மைகளையும் புரிந்துகொள்ளுங்கள். அவற்றைப் பிரயோகிக்கவும் தெரிந்துகொள்ளுங்கள். விளம்பரத்தைப்போலவே அந்தக் காவல் தெய்வங்களும் உக்கிரமானவை. அவற்றுக்கு ஒழுங்காகப் ப்ரீதி செய்யவேண்டும். கொஞ்சம் தவறாகப் பிரயோகித்தாலும்கூட அந்தக் காவல் தெய்வங்களே நம் ப்ராண்டுகளைப் போட்டுத் தள்ளிவிடும்.

உதாரணத்துக்குப் பொது ஜனத் தொடர்பு என்னும் விற்பனை மேம்பாட்டு முறையை எடுத்துக்கொள்வோம். பொது ஜனத் தொடர்பு என்றால், செலவில்லாத விளம்பரங்கள். ப்ராண்டைப் பற்றிய நல்ல அபிப்ராயத்தை வாடிக்கையாளர் மனத்தில் விதைக்கும் பத்திரிகைத் துணுக்குகள், பேட்டிகள் போன்ற செயல்களில் ஈடுபடுவது. பொது ஜனத் தொடர்பின் முக்கிய அம்சம், உங்கள் ப்ராண்டைப் பற்றி நீங்கள் கூறுவதுபோல் இல்லாமல் மற்றவர்களை விட்டு நல்ல முறையில் பேசவைப்பது.

உதாரணத்துக்கு 'ஆர்எம்கேவி' ஐம்பதாயிரம் கலர் புடைவையை அறிமுகப்படுத்தியபோது அதைச் சிலாகித்து, பாராட்டி அனைத்துத் தமிழ் பத்திரிகைகளும் போட்டி போட்டுக்கொண்டு பிரசுரித்தன. தமிழ் டீவி சேனல்களில்கூட அந்தப் புடைவை காட்டப்பட்டு நிறுவன அதிகாரிகள் பேட்டி காணப்பட்டு அந்தப்

புடைவை நெய்யப்பட்ட விதம், அதன் தரம் என்று ஒளிபரப்பப்பட்டன. அனைத்துமே தம்பிடி செலவில்லாத ஃப்ரீ பப்ளிசிட்டி ஆர்எம்கேவிக்கு!

சுமார் பதினைந்து வருடங்களுக்கு முன்னால் வந்த ஒரு தமிழ்ப்படம். பெரிய நடிகர்கள் எல்லாம் இல்லை. அதை இயக்கியவர்கூடப் புதுமுகம். சத்தமே இல்லாமல் ரிலீஸ் ஆனது. எந்தத் தியேட்டரில் ஓடுகிறது என்று சொல்லக்கூட போஸ்டர்கள் இல்லை. தயாரிப்பாளரிடமும் விநியோகஸ்தர் களிடமும் அப்படி ஒரு பணமுடை. ரிலீஸ் ஆன தியேட்டர்களில் ஈ அடித்தது. அப்போதுதான் 'ஆனந்த விகடன்' அந்தப் படத்தை விமர்சனம் செய்தது. 'ஆஹோ ஓஹோ' என்று புகழ்ந்து அந்தப் படத்துக்கு 57 மதிப்பெண்கள் கொடுத்தது.

அதுவே பலரையும் திரும்பிப் பார்க்க வைத்துவிட்டது. 'விகடன் இவ்ளோ சொன்னா நல்ல படமாத்தான் இருக்கும், போய்ப் பார்ப்போம்' என்று தமிழ் மக்கள் தியேட்டர்களுக்குப் போய் அந்தப் படத்தைப் பார்க்க, ஈ ஓட்டிக்கொண்டிருந்த படம் அதன்பின் பேயாட்டம் போட்டது. படத்தின் கதாநாயகனின் வாழ்க்கையையே திருப்பிப்போட்டு அவரை உச்சாணிக் கொம்பில் உட்கார வைத்தது. படத்தின் இயக்குனரை, தமிழ் உலகம் கொண்டாடும் அளவுக்கு உயர வைத்தது. இத்தனை யையும் செய்தது வெகு ஜனத் தொடர்பு. ஆனந்த விகடனின் விமர்சனம். அந்தப் படம் 'சேது'!

வெகு ஜனத் தொடர்பு ஒரு ப்ராண்டைக் குழி தோண்டிப் புதைக்கக்கூட முடியும் என்பதையும் நினைவில் வைத்துக் கொள்ளுங்கள். அதற்குச் சிறந்த உதாரணம் 'பாய்ஸ்' என்ற படம். பெரிய பேனர், பெரிய டைரக்டர், பெரிய எழுத்தாளர், பெரிய டெக்னீஷியன்கள் என்று ஏக எதிர்பார்ப்புடன் ரிலீஸ் ஆன படம். அதே ஆனந்த விகடன் அந்தப் படத்தை ஒரே வரியில் விமர்சனம் செய்தது. அதுவே அந்தப் படத்தைப் படுக்கவைத்து விட்டது. படம் வரலாறு காணாத ஃப்லாப்! 'பாய்ஸ்' படம் வாய்ஸ் இல்லாமல் அமுங்கியது. ஆனந்த விகடன் அந்தப் படத்தை விமர்சனம் செய்ய உபயோகித்த ஒரே வார்த்தை: *'சீசீசீசீ...'*

விற்பனை மேம்பாட்டுச் செயல்களில் மற்றுமொரு முக்கிய அங்கம் ஸ்பான்சர்ஷிப். படத்தையோ, டீவி நிகழ்ச்சியையோ,

ஏதாவது விழாவையோ, விளையாட்டையோ வழங்குவதுதான் ஸ்பான்சர்ஷிப். இதைச் சரியாகச் செய்தால் ப்ராண்டைப் பற்றிய நல்ல அறிமுகத்தையும் நல்ல பெயரையும் கிடைக்கச் செய்யலாம். உதாரணத்துக்கு டிஎல்ஃப் என்னும் கம்பெனியை ஒரு பயலுக்கும் தெரியாத காலம் இருந்தது. அவர்கள் ஐபிஎல் போட்டியைக் கடந்த சில வருடங்களாக ஸ்பான்சர் செய்து வருவதால் அந்தப் போட்டி 'டிஎல்ஃப் ஐபிஎல்' என்றே அழைக்கப்பட்டு வருகிறது. அதோடு போட்டியில் பேட்ஸ்மேன் சிக்ஸர் அடித்தால் 'அது ஒரு டிஎல்ஃப் மேக்சிமம்' என்று வர்ணனையாளர்கள் கூறிக் கூறி இன்று டிஎல்ஃப் கம்பெனி மிகப் பிரபலமடைந்துவிட்டது.

நீங்களே உங்கள் வீட்டில் உள்ளவர்களிடம் எத்தனை முறை 'அந்த ஏர்டெல் சூப்பர் சிங்கர் நிகழ்ச்சி ஆரம்பிக்கப் போகுது, டீவியைப் போடு' என்று சொல்லியிருப்பீர்கள். ஏர்டெல்லுக்கு அது விளம்பரம்தானே! அதற்காகக் கண்டமேனிக்கு, குருட்டாம் போக்கில் ஸ்பான்சர்ஷிப் செய்தால் பயன் வராது. ஃபிலிம்ஃபேர் அவார்ட்ஸ் என்பது சினிமா சம்பந்தப்பட்ட நிகழ்ச்சி. அதை மாணிக்சந்த் ஸ்பான்சர் செய்வதால் யாருக்கு என்ன பயன்?

ப்ராண்டை வளர்க்கவேண்டியது எவ்வளவு முக்கியமோ அவ்வளவு முக்கியம், அதை எப்படி வளர்க்கக்கூடாது என்று தெரிந்துகொள்வதும். ப்ராண்டை வளர்க்கப் பல மார்க்கெட்டர்கள் கையாளும் குறுக்கு வழி, 'விலை குறைப்பு', 'சிறப்புச் சலுகைகள்' போன்றவை. 'ஐந்து ரூபாய் தள்ளுபடி', '20% அதிக அளவு கொண்டது', 'சிறப்புச் சலுகை விலை', 'குறைந்த கால விலை குறைப்பு' என்று வாடிக்கையாளர்களைக் கெஞ்சிக் கூத்தாடி, கூப்பாடு போட்டு, 'அய்யா வந்து என் ப்ராண்டை தயவுசெய்து வாங்குங்க ப்ளீஸ்' என்று கூறுவது. கிட்டத்தட்டப் பிச்சை எடுப்பது!

இது போன்ற சலுகைகள் ப்ராண்டுக்கு ஏதோ ஓரளவுக்குப் பயன் தருவதுபோல் தெரியலாம். ஆனால் இவை பல சமயங்களில் ப்ராண்டை இதுபோன்ற சலுகைகளுக்கு அடிமை ஆக்கிவிடும் அபாயம் உண்டு. சலுகை இல்லை என்றால் ப்ராண்ட் விற்பனை சடார் என்று குறைந்துவிடும் சங்கடம் உண்டு. காலப் போக்கில் இவை ப்ராண்டையே ஒழித்துவிடும்.

'அகாய்' என்ற ப்ராண்ட் உங்களுக்கு இப்போது நினைவில் இருக்குமா என்றுகூடத் தெரியவில்லை. டீவி, ரேடியோ என்று எலக்ட்ரானிக் பொருட்கள் ப்ராண்ட். சதா சர்வகாலமும் ஆஃபர்கள், சலுகைகள் என்று கொடுத்தே பழக்கப்பட்ட ப்ராண்ட். 'பெரிய டீவி வாங்கினால் சின்ன டீவி ஃப்ரீ', 'விசிடி ப்ளேயர் வாங்கினால் 10 கேசட் ஃப்ரீ' என்று எப்போதும் ஏதேனும் சலுகை அளித்தே காலம் தள்ளிய ப்ராண்ட். இன்று அந்த ப்ராண்டைக் காலமே கீழே தள்ளிவிட்டுக் கடந்துபோய் விட்டது. அகாய் அகால மரணம் அடைந்து ஆண்டுகள் பல ஆகிவிட்டன. ஏன்? ஒரு எலக்ட்ரானிக் பொருளை அதன் பயன்களைச் சொல்லி விற்காமல் ஏதோ ஒரு சலுகை கொடுத்தே விற்க முற்படும்போது வாடிக்கையாளர்களுக்கு அதன் தரத்தின் மீதே சந்தேகம் வருகிறது. அந்தச் சந்தேகம் வளர்ந்து நாளடைவில் அந்த ப்ராண்டையே திரும்பிப் பார்க்காமல் இருக்கச் செய்து விடுகிறது. அகாய் அவுட் ஆனது அதனால்தான்!

பல சமயங்களில் 'டிஸ்கவுண்ட் சேல்' என்பது ப்ராண்டைக் கொல்லும் வேல். ப்ராண்டைச் சாகடிக்கக் கொடுக்கப்படும் கள்ளிப் பால். எவ்வளவு பெரிய ப்ராண்டின் அந்தஸ்தையும் இழக்க வைத்து, முடிந்தால் அழிக்கவே செய்யும் ஆலகால விஷம்.

சென்னையைச் சேர்ந்த 'கலர்ப்ளஸ்', சட்டை, பேண்ட் வகையறாக்களை விற்றுவந்த ப்ராண்ட். சும்மா சொல்லக் கூடாது. அமர்க்களமாக விற்று வந்தது. கலர்ப்ளஸ் துணிகளின் விலை மற்ற ப்ராண்டுகளைவிட மிக அதிகம். கலர்ப்ளஸ் துணிகளை அணிந்துகொள்வது வாடிக்கையாளர்களுக்குப் பெருமையான விஷயமாக இருந்தது. ஆயிரத்தைந்நூறு ரூபாய் சட்டை என்றால் சும்மாவா. இரண்டாயிரம் ரூபாய் பேண்ட் என்றால் சாதாரண விஷயமா. பணக்காரர்களும், பெரிய மனிதர் களும், பெரிய பதவிகளில் உள்ளவர்களும் விரும்பி வாங்கி அணிந்துகொண்டனர் கலர்ப்ளஸ்ஸை.

ஒரு நாள் கலர்ப்ளஸ் கம்பெனியினருக்குத் தட்டியது சபலம். நன்றாகப் போய்க்கொண்டிருந்த ப்ராண்டுக்கு அன்று பிடித்தது சனி. 'பணக்காரர்கள் மட்டுமே நம் ப்ராண்டை வாங்குகிறார்கள். விற்பனையைக் கூட்ட அவ்வப்போது கொஞ்சம் விலைக் குறைப்பு செய்தால் என்ன? சாமானியர்கள்கூட வாங்குவார் களே? நம் விற்பனை ஏகத்துக்கும் அதிகரிக்குமே?' என்ற

பேராசைப் பிசாசு பிடித்துக்கொண்டது கலர்ப்ளஸ் கம்பெனிக்கு. அடிக்கடி 'கலர்ப்ளஸ் சேல். 60 சதவீதம் தள்ளுபடி' என்று சலுகைகள், ஆஃபர்கள் என்று ஆரம்பித்தார்கள். சாமானியர்கள் வாங்கினார்களா? ஜோராக வாங்கினார்கள். ஆனால் அதுவரை கலர்ப்ளஸ்ஸை வாங்கிவந்தவர்கள்தான் கொஞ்சம் கொஞ்சமாக வாங்குவதை நிறுத்த ஆரம்பித்தார்கள். ஏன்?

ஒரு பணக்காரர் ஆயிரத்தைந்நூறு ரூபாய் கொடுத்து கலர்ப்ளஸ் சட்டை வாங்குகிறார். அதைப் போட்டுக்கொண்டு பெருமை யாக காரில் ஏறி 'டிரைவர் வண்டியை எடு' என்கிறார். டிரைவர் அணிந்திருப்பதும் கலர்ப்ளஸ் சட்டை. விலை உயர்ந்த கலர்ப்ளஸ் சட்டையை எப்படி டிரைவரால் வாங்க முடிந்தது? அவர்தான் கலர்ப்ளஸ் சட்டையை 60% தள்ளுபடியில் வாங்கி யிருக்கிறாரே. தெரியாதா உங்களுக்கு? ஆக, கார் ஓனர் அணிந் திருப்பதும் கலர்ப்ளஸ் சட்டை. கார் டிரைவர் அணிந்திருப்பதும் கலர்ப்ளஸ் சட்டை. இந்த இருவரில் யார் காரின் ஓனர், யார் டிரைவர் என்பது எப்படி மற்றவர்களுக்குத் தெரியும்? இதற்கு அப்புறமும் ஓனர்தான் மீண்டும் கலர்ப்ளஸை வாங்குவாரா? கலர்ப்ளஸ் வாடிக்கையாளர்கள் மற்ற விலையுர்ந்த துணி ப்ராண்டுகளுக்கு மாற ஆரம்பித்தனர். கலர்ப்ளஸ் கலரில்லா மைனஸ் ஆக ஆகியது. அமர்க்களமாக விற்றுக்கொண்டிருந்த ப்ராண்ட், ஆட்டம் கான ஆரம்பித்தது. வேகமாக வளர்ந்த ப்ராண்ட் இன்று சோகமாகச் சரிந்துகொண்டிருக்கிறது. ப்ராண்ட் வளர்ப்பில் போதிய கவனமின்மையால். ப்ராண்டை, சலுகைகள் என்கிற சாக்கடையில் தள்ளியதால்.

இதே கதையைப் பல ப்ராண்டுகளில் பார்க்கலாம். பல பொருள் வகைகளில் காணலாம். சலுகை விலை சனியன் பல ப்ரீமியம் ப்ராண்டுகளைப் பிடித்து ஆட்டிக்கொண்டிருக்கிறது. 'வுட்லேண்ட்ஸ்', 'பெனட்டன்' போன்று பல ப்ராண்டுகள் இந்தச் சலுகை விலை சனியன் பிடியில் சிக்கிச் சின்னா பின்னமாகிவருகின்றன.

இந்த விலைக் குறைப்பு வைபவம், சலுகை விலை சனியன் சமாசாரம் எல்லாம் விலையுர்ந்த ப்ராண்டுகளைத்தான் பாதிக்கும்; ப்ரீமியம் பொருள் வகைகளைத்தான் தாளிக்கும் என்று நினைத்துவிடாதீர்கள். சகலமானவர்களையும் சரிய வைக்கும் வல்லமை படைத்தவை சலுகைகள். சாதாரண

ப்ராண்டுகளையும் சாய வைப்பவை இந்த ஆஃபர்கள். இந்த ஒரு பானை சோற்றுக்கு 'போரோப்ளஸ்' என்கிற ஒரு சோறு பதம்.

'போரோப்ளஸ்' வியர்க்குரு பவுடர் ஒரு காலத்தில் சுமாராக விற்றுக்கொண்டிருந்தது. சனி யாரை விட்டது. இந்த முறை போரோப்ளஸ்ஸை விற்கும் 'இமாமி' கம்பெனியைப் பிடித்துக் கொண்டது. சுமாராக விற்றுக்கொண்டிருக்கும் விற்பனையை சூப்பர் ஆக்கவேண்டும் என்கிற நோக்கத்தில் 'ஒன்று வாங்கினால் ஒன்று இலவசம்' என்று விளம்பரம் செய்ய ஆரம்பித்தது. இன்றல்ல நேற்றல்ல. சுமார் பத்து வருடங்களாக இந்தச் சலுகை நீண்டுவருகிறது. இதனால் விற்பனை ஏறியதா?

பேஷாக ஏறியது. விற்பனை அல்ல. ஏறியது வாடிக்கையாளர் களுக்கு ப்ராண்டின்மீது சந்தேகம். 'சருமத்தின்மீது போட்டுக் கொள்ளும் பவுடர். இதை இவர்கள் இப்படி விற்றால் அந்த ப்ராண்ட் எப்பேர்ப்பட்ட ப்ராண்டாக இருக்கும்? இதை நம்பி உடம்பில் போட்டுக்கொள்ளலாமா? எதற்கு இந்தக் கருமத்தைச் சருமத்தின்மீது போட்டுக்கொண்டு' என்று வாடிக்கையாளர்கள் மற்ற ப்ராண்டுகளை வாங்கப் போய்விட்டனர். போரோப்ளஸ் விற்க முடியாமல் 'ஸீரோ'ப்ளஸ் ஆனது!

ப்ராண்டை நன்கு பராமரித்து அதை போஷாக்குடன் வளர்த்து வந்தால் வாடிக்கையாளர்களுக்கு லஞ்சம் கொடுப்பதுபோல் இந்தச் சலுகைகளோ, காலில் விழுந்து பிச்சை எடுப்பதுபோல் ஃப்ரீ சமாசாரங்களோ கொடுக்கத் தேவையே இல்லை என்பதற்குச் சிறந்த உதாரணம் 'நல்லி சில்க்ஸ்'. என்றாவது கேள்விப்பட்டிருக்கிறீர்களா நல்லியில் 'ஒரு புடைவை வாங்கினால் இன்னொரு புடைவை இலவசம்' என்பதை? என்றைக்காவது பார்த்திருக்கிறீர்களா நல்லியில் '50% தள்ளுபடி' என்கிற போர்டை? யாரிடமாவது கேட்டிருக்கிறீர்களா நல்லியில் 'புடைவை வாங்கினால் வேஷ்டி ஃப்ரீ' என்பதை? அட, இத்தனை ஏன். என்றைக்காவது 'ஆடி மாதத் தள்ளுபடி' என்கிற விளம்பரத்தைத்தான் கண்டதுண்டா நல்லியில்? கிடையவே கிடையாது.

இந்த யாசகச் செயல்களை நல்லி ஒருபோதும் செய்வதில்லை. இந்தப் பிச்சைக்காரத்தனத்தை நல்லி நினைத்துக்கூடப் பார்ப்ப தில்லை. இன்றுவரைக்கும் தரத்தை நம்பி, தங்கள் டிசைன்களை நம்பி, பரிவான சேல்ஸ் சேவையை நம்பி ப்ராண்டைப்

பராமரித்துவருகிறது நல்லி. அதனால்தான் பட்டு என்றால் நல்லி என்று சொல்லத் தோன்றுகிறது. தரமான புடைவைகள் என்றாலே நல்லிதான் நமக்கு முதல் சாய்ஸாகத் தெரிகிறது.

வீட்டில் ஒரு கல்யாணம், விசேஷம், பண்டிகை என்றால் ஓடுகிறோம் நல்லிக்கே. இன்றல்ல நேற்றல்ல. காலாகாலமாக ஓடிக்கொண்டிருக்கிறோம். நம் தாத்தாக்களும் பாட்டிகளும் ஓடினார்கள். நம் அப்பாக்களும் அம்மாக்களும் நாடினார்கள். நாமும் நம் மனைவியும் போய்க்கொண்டிருக்கிறோம். நம் பிள்ளைகளும் அவர்கள் பிள்ளைகளும்கூடச் சென்றுகொண் டிருப்பார்கள். அதுதான் ப்ராண்ட் வளர்ப்பு. அதுதான் சலுகைகள் போன்ற பிச்சைக்காரத்தனம் தேவையில்லை என்பதற்கான ஆணித்தரமான ஆதாரம்.

மற்ற ப்ராண்டுகளைப்போல் சில்லியாக இல்லாமல் நீங்கள் நல்லியாக இருக்கலாமே! சிந்தித்துப் பாருங்கள்.

ப்ராண்ட் வளர்ப்பின் இன்னொரு முக்கியமான அங்கம் தொழிலிலும், ப்ராண்டிலும், விற்பனையிலும் புதுமைகளைப் புகுத்திக்கொண்டே வருவது. பீட்டர் டிரக்கர் என்னும் நிர்வாகவியல் ராஜகுரு ஒருமுறை அழகாகச் சொன்னார்: 'ஒவ்வொரு தொழிலுக்கும் பிரதானமான பணிகள் இரண்டு மட்டுமே: மார்க்கெட்டிங் மற்றும் புதுமையான சிந்தனைகள்.'

'ஆர்எம்கேவி'யை எடுத்துக்கொள்வோம். சென்னைக்கு வந்து சில ஆண்டுகளிலேயே மிகப் பிரபலம் அடைந்த ஒரு ப்ராண்ட் அது. அதற்கு முக்கியக் காரணம் ஆர்எம்கேவி அறிமுகப் படுத்திய புதுமைகள்தாம். 'உலகின் நீளமான புடைவை', 'சிண்ட்ரெல்லா பாவாடை', 'ஐம்பதாயிரம் கலர் புடைவை', 'இரு டிசைன் புடைவைகள்' என்று வருடா வருடம் புதுமை களைப் புகுத்தி மக்கள் மனத்தில் எளிதில் இடம் பிடித்து விட்டது.

புதுமைகளைப் புகுத்தாமல் இருப்பதால்தான் 'குமரன் சில்க்ஸ்', 'சென்னை சில்க்ஸ்', 'ஸ்ரீ குமரன்' போன்ற ப்ராண்டுகளால் அதே இடத்தைப் பிடிக்க முடிவதில்லை. புடைவைக் கடை ப்ராண்டுகள் மட்டுமல்ல, எந்தப் பொருள் வகையிலும் புதுமைகளைப் புகுத்தத் தவறும் ப்ராண்டுகள் பழங்கதைகளாகி, புழக்கத்திலிருந்தே காணாமல் போய்விடும்.

புதுமைகளைப் புகுத்தும் அதே நேரத்தில் அந்தப் புதுமைகளை மார்க்கெட் சரிவர எடுத்துக்கொள்ளுமா என்பதையும் கவன முடன் பார்ப்பது அவசியம். 'ஹேட்சன்' நிறுவனம் சில ஆண்டுகளுக்குமுன் 'கர்ட் ரைஸ்' என்கிற ரெடி மேட் தயிர் சாத பேக்குகளை அறிமுகப்படுத்தியது உங்களுக்கு தெரிந்திருக் கலாம். அழகான ப்ராண்ட். அருமையான யோசனை. ஆபீஸ் செல்பவர்கள்முதல் பள்ளிக்கூடம் போவோர்வரை, ஊருக்குப் போவோர் முதல் பேச்சுலர்கள்வரை அனைவரும் அருகில் உள்ள கடையிலேயே சென்று வாங்க வழி செய்த ப்ராண்ட். எல்லாம் சரி. ஆனால் ப்ராண்ட் தோல்வி அடைய என்ன காரணம்?

பெரும்பாலான கடைக்காரர்கள்தான்! தயிர் சாதம் என்பதால் அதை ஃபிரிட்ஜ் அல்லது ஃப்ரீஸரில்தான் வைத்துப் பாதுகாக்க வேண்டும். ஆனால் பல கடைக்காரர்களும் இரவு கடையை மூடி வீட்டுக்குச் செல்லும் போது ஃபிரிட்ஜை அல்லது ஃப்ரீஸரை அணைத்துவிட்டுச் சென்றால் தயிர் புளித்துவிடாதா? அடுத்த நாள் வாடிக்கையாளர் அதை வாங்கிச் சாப்பிடும்போது புளித் திருப்பதைக் கண்டு கடைக்காரரைக் கேட்டால் அவரோ, 'எனக்குத் தெரியாது, கம்பெனியைக் கேட்டுக்கொள்ளுங்கள்' என்று கையை விரித்துவிடுவார். அருமையான புதுமையாக இருந்தாலும் கர்ட் ரைஸ் தோல்வி கண்டது. (குளிர்பானங் களுக்கு இந்தப் பிரச்னை இல்லை என்பதைப் புரிந்து கொள்ளுங்கள். அடுத்த நாள் மீண்டும் ஃப்ரிட்ஜை அல்லது ஃப்ரீஸரை ஆன் செய்ததும் மீண்டும் குளிர்ந்து, குடிக்கத் தயாராகிவிடும்.)

ப்ராண்டில் புதுமைகளைப் புகுத்தி அது வாடிக்கையாளர் களுக்கும் பயன் தரும் விதத்தில் அமைந்தால் போட்டியாளர் களை பாண்டியாடலாம். 'சானிஃப்ரஷ்', 'டோமெக்ஸ்' போன்ற ப்ராண்டுகளைக் கேளுங்கள். ஒரு பாடு ஓவென்று கதறி அழும் இரண்டும். பாத்ரூம் க்ளீனர் பொருள் வகையைச் சேர்ந்த ப்ராண்டுகள் இவை. இவை அழுவதற்குக் காரணம் 'ஹார்பிக்'. அந்தப் பொருள் வகையின் முடிசூடா மன்னன்.

ஹார்பிக்தான் சிறந்த பாத்ரூம் க்ளீனரா? அதன் தரம்தான் உயர்ந்ததா? அது வேலை செய்வதுபோல் மற்ற ப்ராண்டுகள் வேலை செய்யாதா?

யாருக்குத் தெரியும். எவன் கண்டான்.

ஆனால் ஒன்று தெரியும். ஹார்பிக்கின் பேக்கேஜிங் ஒன்றே அதன் முக்கால்வாசி வெற்றிக்குக் காரணம் என்பது. பாத்ரூமை அலம்ப ஏதுவான பேக்கேஜிங் வடிவம் கொண்டது ஹார்பிக். வளைந்து, குனிந்து கஷ்டப்படாமல் பேக்கைத் திருப்பிப் பிடித்து ஈசியாய் பாத்ரூமின் 'அந்த இடத்தின்' மூளை முடுக்கெல்லாம்கூட திரவத்தைப் பீய்ச்சி அடிக்கும் வசதி கொண்டது ஹார்பிக். அதனாலயே பெண்களின் ஏகோபித்த சாய்ஸ் ஆனது ஹார்பிக். அந்தப் பொருள் வகையில் கனஜோராக விற்கப்படுவது ஹார்பிக். அதன் போட்டியாளர்களை அழவைத்து, விற்க முடியாமல், நிற்க வைத்திருப்பது ஹார்பிக். பேக்கேஜிங்கில் புதுமை செய்தால் போட்டியாளர்களை பேக் செய்து வீட்டுக்கு அனுப்பலாம் என்பதைச் சகலருக்கும் உணர்த்திக் கொண்டிருப்பது ஹார்பிக்!

ப்ராண்டை உருவாக்கி அதை வளரச் செய்து நன்றாக விற்க வைப்பதோடு மார்க்கெட்டருடைய வேலை முடிவதில்லை. அதை சதா சர்வகாலமும் பேணுவது முக்கியம். கண் கொத்திப் பாம்பாகப் பாதுகாப்பது அவசியம். புதுமைகளைப் புகுத்திக் கொண்டே இருப்பது கட்டாயம்.

ப்ராண்ட் வளர்ப்பில் பாதி வேலை பிசினஸ் எல்லாம் ஆகாது. கிணற்றை முதலில் பாதி தாண்டுவோம், பிறகு மீதியைத் தாண்டுவோம் என்றா சொல்வீர்களா? ப்ராண்ட் வளர்ப்பு ஒரு மாரத்தான் ரேஸ். முடிவே இல்லாத விளையாட்டு. ரெஸ்ட் எடுக்க நேரமே இல்லாத வேலை. அதைச் செவ்வனே செய்தால் உங்களுக்கு அள்ள அள்ளப் பணம். சொட்டச் சொட்டத் திகட்டாத தேன்.

ஏதோ நாங்களும் ப்ராண்ட் வைத்திருக்கிறோம் என்று பத்தோடு பதினொன்றாக வைத்திருப்பதல்ல ப்ராண்ட். ஒரு பொருள் வகையில் புகுந்து, அதன் உச்சத்துக்குச் சென்று, அந்தப் பொருள் வகையையே தனதாக்கிக் கொள்ளத்தான் ப்ராண்ட். அதைப் பராமரித்துப் பேணிப் பாதுகாக்கத்தான் மார்க்கெட்டர்!

ஆங்கில பேப்பர் என்றாலே 'தி ஹிந்து'.

சீயக்காய் பேஸ்ட் என்றாலே 'மீரா'.

காயத்துக்கு மருந்து என்றாலே 'பேண்ட் ஏய்ட்'.

இவை அனைத்தும் வெறும் ப்ராண்ட்கள் மட்டுமல்ல. அவை சார்ந்த பொருள் வகையையே குத்தகைக்கு எடுத்து அரசாளும் மகாராஜாக்கள். தங்களை மீறிப் பொருள் வகைக்குள் வேறு எந்த ப்ராண்டையும் நுழைய விடாத அளவுக்கு அராஜகத்துடன் கொட்டமடிக்கும் அசுரர்கள்.

படைத்தால் இதுபோன்ற ப்ராண்டுகளைப் படைக்கவேண்டும். பராமரித்தால் இதுபோன்ற ப்ராண்டுகளைப் பேணிப் பராமரிக்க வேண்டும். பாதுகாத்தால் இந்த ப்ராண்டுகளைப்போல் போட்டியாளர்களைப் போட்டுத் தள்ளி, பொருள் வகையைப் பாதுகாக்கவேண்டும்.

திருவள்ளுவர் இன்று இருந்திருந்தால் இந்த அத்தியாயத்துக்கான பொன்வாக்கைத் தன் பாணியில் இப்படிக் கூறியிருப்பார்:

'ப்ராண்ட் எனப்படுவது யாதெனின் பொருள்வகையை தனதாக்கி அரசாளும் செயல்'

பாவ நிவர்த்தி ஹோமம்

ப்ராண்ட் வளர்ப்பில் மார்க்கெட்டர்களிடத்தில் இன்னமும்கூடப் பல மூடநம்பிக்கைகள் உள்ளன. அவர்கள் உணரவேண்டிய உண்மைகள் உள்ளன. அவற்றை இப்போது பார்ப்போம்.

'ப்ராண்ட் வளர்ப்பில் முக்கியமானது உத்திகளை மாற்றிக் கொண்டே இருப்பது' என்று பல மார்க்கெட்டர்கள் நினைத்துக் கொண்டிருக்கின்றனர். 'ஒரே உத்தி பயன் தராது. புதுசு புதுசாக, ரகம் ரகமாக, தினுசு தினுசாக உத்திகளை மாற்றிக்கொண்டே இருந்தால்தான் மார்க்கெட்டில் தாக்குப் பிடிக்க முடியும்' என்று ஆணித்தரமாக நம்புகின்றனர். இது இமாலயத் தவறு.

140 வருடங்களாக 'தி ஹிந்து' தினசரி ஒரே உத்தியைத்தானே கையாண்டு வருகிறது: 'நம்பகத்தன்மை வாய்ந்த செய்தித்தாள்'. அது என்றைக்காவது மாறியிருக்கிறதா? இல்லை, இனியாவது தான் மாறுமா? மாறினால் அப்புறம் அது ஹிந்து பேப்பரே கிடையாதே! ஹிந்துவை அதன் வாடிக்கையாளர்கள் வாங்கு வதே அதன் நம்பகத்தன்மைக்காகத்தானே. அதற்காக, 140 வருடங்களுக்குமுன் இருந்தமாதிரியே பேப்பர் இருக்க வேண்டும் என்றில்லை. ஹிந்து மாற்றங்களைக் கண்டிருக்கிறது. புதுமைகளைப் புகுத்தியிருக்கிறது.

ப்ளாக் அண்ட் ஒயிட்டாக இருந்த பேப்பர் கலர் பேப்பர் ஆனது. பல புதிய இணைப்புகள் அறிமுகப்படுத்தப்பட்டன. செய்தியைக் கொடுப்பதில் சுவாரசியம் கூட்டப்பட்டிருக்கிறது. சினிமா செய்திகள் சேர்க்கப்பட்டிருக்கின்றன. இதெல்லாம் சரி. ஆனால் எல்லாவற்றிலும் மாறாது இருப்பது ஹிந்துவின் 'நம்பகத்தன்மை'. சினிமா செய்தியாக இருந்தாலும் ஹிந்துவில் ஒரு சங்கதி வந்தால் அதை தாராளமாக நம்பலாம். பேப்பரைக் குடும்பத்தோடு படிக்கலாம். ஆனால் குலுக்கல் நடிகையின் அந்தரங்கம் இதில் இருக்காது. அவள் அங்கங்களின் அடையாளங்கள் கொண்ட புகைப்படங்கள் கிடைக்காது.

உத்திகள் மாறிக்கொண்டே இருக்கவேண்டும் என்கிற அவசிய மில்லை. நம் பெயரை, நம் குணத்தை, நம் மனைவிகளை மாற்றிக்கொண்டே இருக்கிறோமா என்ன? ப்ராண்ட் மட்டும் என்ன பாவம் பண்ணியது?

ப்ராண்ட் வளர்ப்பில் இன்னொரு முக்கிய விஷயத்தைக் கவனத்தில் கொள்வது நல்லது. ஒரு ப்ராண்ட் கொஞ்சம் விற்க ஆரம்பித்தவுடன், 'ஆஹா இது விற்க ஆரம்பித்துவிட்டது, இனி புது ப்ராண்டை அறிமுகப்படுத்தும் வேலையில் இறங்குவோம்' என்று பல மார்க்கெட்டர்கள் நினைத்துவிடுகிறார்கள். ஒரு கம்பெனி வளரவேண்டியதுதான். ஆனால் முதல் ப்ராண்ட் மார்க்கெட்டில் ஸ்திரமாக நிறுவப்பட்டுவிட்டதா என்று பார்க்காமல் அடுத்த ப்ராண்டைப் பற்றிச் சிந்திப்பது மகா பாவம்.

பார்த்தி கம்பெனி, 'ஏர்டெல்' என்னும் மொபைல் ப்ராண்டை விற்றுக்கொண்டிருந்தது. இடையில், 'டச்டெல்' என்னும் லேண்ட்லைன் ப்ராண்டை அறிமுகப்படுத்தியது. ஆனால் கம்பெனியின் கவனம் முழுவதும் ஏர்டெல் பக்கம் இருந்ததால் 'டச்டெல்' விற்பனை டல்லடிக்க ஆரம்பித்தது. பின்னர் டச்டெல் என்ற பிராண்டைக் கொன்றுவிட்டு, ஒட்டுமொத்தமாக அனைத்தையும் ஏர்டெல் என்ற பிராண்டின்கீழேயே கொண்டு வந்துவிட்டது. ஆனாலும் லேண்ட்லைன் ஒன்றும் சொல்லிக் கொள்ளும்படியான சேவையாகவே இல்லை. இன்றைக்கு ஏர்டெல் என்றாலே அது மொபைல் போன் சேவை மட்டும்தான்.

ஒருவருக்கு ஒரு குழந்தை பிறந்து, அந்தக் குழந்தையைப் பார்த்துக்கொள்ள, பராமரிக்க, படிப்புக்குச் செலவு பண்ணவே பணம் பத்தவில்லை என்ற நிலை இருந்தால் குடுகுடுவென்று

இன்னொரு குழந்தையையும் பெற்றுக்கொள்வது சரியான செயலா? குடும்பம் விருத்தி அடைவதற்காகச் செய்கிறேன் என்று சொல்வது அறிவான செயலா? இதே போன்றதுதான் கம்பெனியை விருத்தி செய்கிறேன் என்று முதல் ப்ராண்டை ஸ்திரமாக மார்க்கெட்டில் நிறுத்தாமல் இரண்டாவது ப்ராண்டை அறிமுகப்படுத்துவது.

அதற்காக ப்ராண்ட் குடும்பக் கட்டுப்பாடு செய்துகொள்ளுங்கள் என்று சொல்லவில்லை. ஒரு ப்ராண்டுக்கும் இன்னொரு ப்ராண்டுக்கும் போதிய இடைவெளி விடுங்கள். அப்படிச் செய்யும் போது ப்ராண்டுகளைப் போஷாக்குடன் வளர்க்க முடியும். பாசத்தோடு பார்த்துக்கொள்ள முடியும். பாதுகாப்புடன் பேண முடியும்.

பணம் பண்ண முடியும்!

8

பாவ விமோசனம் பெறலாம்!

ஏகத்துக்கும் பாவத்தைப் பார்த்தாகிவிட்டது. எக்கச் சக்கத்துக்குத் தவறுகளை அலசியாகிவிட்டது. இந்தப் பாவ மூட்டைகளை இன்னமும் எதற்கு சுமந்துகொண்டு? அனைத்தையும் தலைமுழுகி பாவ விமோசனம் பெறவேண்டியது அவசியம். ஒரு புதிய மார்கெட்டிங் வழிமுறையை தொடங்க வேண்டியது அவசரம்.

அதற்கான முதல் படியை எடுத்து வைக்க வேண்டியது நிர்வாகம். இன்று மார்க்கெட்டிங் கையாளுதல் ரொம்பவே கவலைக்கிடமாகக் கிடக் கிறது என்பதை நாம் முன்னமேயே பார்த்தோம். பொருட்களை க்ரியேட்டிவாக வடிவமைத்து, நல்ல தரத்துடன் தயாரித்து, திறமையாக விற்பது மட்டும் போதாது. மொத்த கம்பெனியையே மார்க்கெட்டிங் மயமாக்கி, புதிய மார்க்கெட்டிங் நெறிமுறைகளைச் சீராகச் செயல்படுத்தும் இயந்திரமாக மாற்றுவது தான் நிர்வாகத்தின் தலையாயக் கடமை.

எந்தத் தொழிலுக்கும் மார்க்கெட்டிங் ஓரியண்டேஷன் பிரதானம். எந்த பிசினசாக இருந் தாலும் அதனை மார்க்கெட்டிங் அடிப்படையில்

நடத்தவேண்டியது முக்கியம். அடியோடு மாறிவரும் சந்தைப் பொருளாதாரம் இது. அயர்ந்தால் அடிக்க வரும் போட்டியாளர் உலகம் இது. அந்தர்பல்டி அடித்து அடுத்த ப்ராண்டுக்குத் தாவும் வாடிக்கையாளர் உலகம் இது. இதனூடே உண்ணிப்பாகக் கவனித்து, உஷாராக ஊர்ந்து சென்று, உயரப் பறக்க உதவும் ஆயுதம்தான் மார்க்கெட்டிங். அதன் புதிய வடிவமைப்பைப் புரிந்துகொள்ளுங்கள். அதை நீங்கள் முதலில் உணர்ந்தால்தான் கம்பெனி முழுவதும் அதனைப் பரப்ப முடியும்.

அடுத்தது, மார்க்கெட்டிங் என்பது சேல்ஸ் அல்ல என்பதை மீண்டும் ஒரு முறை தெளிவுபடுத்திக் கொள்ளுங்கள். சேல்ஸ் என்பதைத் தேவையில்லாமல் ஆக்குவதுதான் மார்க்கெட்டிங். சேல்ஸ் என்பது பொருட்களை வாடிக்கையாளரிடம் சென்று விற்பது. மார்க்கெட்டிங் என்பது வாடிக்கையாளரை நம் பொருட்களை வந்து வாங்க வைப்பது.

இவை ஒன்றுபோல் தோன்றினாலும் அந்த வித்தியாசத்தை எத்தனை விரைவில் புரிந்துகொள்கிறீர்களோ அத்தனைக்கு அத்தனை நல்லது உங்களுக்கு. அதில் உள்ள உண்மையை எவ்வளவு சீக்கிரம் புரிந்துகொள்கிறீர்களோ அத்தனைக்கு அத்தனை நல்லது உங்கள் பிசினஸுக்கு!

நாம் ஏற்கெனவே பார்த்ததுபோல், மார்க்கெட்டிங் என்பது ஒரு ப்ராசஸ். ஒரு செயல்முறை. ஒரு வேல்யூ. நீங்கள் வாடிக்கை யாளருக்கு அளிப்பது ஒரு பயனை. பொருளை அல்ல. இப்படி நினைக்காமல் இருப்பதால்தான் தவறுகள் ஆரம்பமாகின்றன.

மார்க்கெட்டிங் என்பது வாடிக்கையாளர்களுக்கு ஒரு 'வேல்யூ' கொடுப்பது என்ற கண்ணோட்டத்தில் பார்த்து அதற்குண்டான மூன்று படிகளையும் மனத்தில் எப்போதும் நிறுத்திக் கொள்ளுங்கள்:

முதல் படி: வேல்யூவைத் தேர்ந்தெடுப்பது.

இரண்டாவது படி: வேல்யூவை வடிவமைப்பது.

மூன்றாவது படி: வேல்யூவை வழங்குவது.

அடுத்து நீங்கள் முக்கியமாகச் செய்யவேண்டியது உங்கள் கம்பெனியையே மார்க்கெட்டிங் மயமாக்குவது. முழுமையான புதிய மார்க்கெட்டிங் சிந்தனையை உங்கள் பிசினஸ் முழு

வதிலும் பிரவாகமாகப் பரவவிடுவது. இதற்கு உங்கள் பிசினசில் உள்ள பழமைவாதிகளைத் திருத்தித் தொலைக்கவேண்டியது அவசியமாகிறது.

'எங்கள் காலத்தில் இப்படி எல்லாம் இல்லை', 'இதுவரை பிசினஸ் நல்லாத்தானே போய்க்கிட்டிருக்கு', 'எதற்கு இந்தத் தேவையில்லாத மார்க்கெட்டிங் வேலை' என்று வியாக்கியானம் பேசப் பல பேர் ரெடியாக இருப்பார்கள் உங்கள் அலுவலகத்திலேயே. ஏன், நீங்களேகூட அப்படி நினைப்ப வராக இருக்கலாம். இப்படி நினைப்பது மகா பாவம். அழிவுக்கான அட்ரஸ். பாதாளத்துக்கான பாதை.

வாழ்க்கை பல மாற்றங்களை சந்தித்து வருகிறது. வாழும் முறைகள் மாற்றம் கண்டுவருகின்றன. வாடிக்கையாளர்கள் மாறிவருகின்றனர். போட்டியாளர்கள் பெருகிவருகின்றனர். பொருளாதாரச் சிந்தனைகள் மாற்றம் கண்டுள்ளன.

கிடைத்த தண்ணீரைக் குடித்தோம் அப்போது. இப்போது முடிகிறதா? மினரல் வாட்டரைத் தேடி மனம் ஓடவில்லை?

மாட்டு வண்டியில் பயணித்தோம் அப்போது. இப்போது முடியுமா? முதல் ஆளாக நாமே கார் வாங்கவில்லை?

இத்தனை ஏன்? ஞாயிறு என்றால் கடை விடுமுறை என்று வீட்டில் போர்த்திக்கொண்டு தூங்கினோம் அப்போது. இப்போது வாரத்துக்கு எட்டு நாள் திறக்க முடியுமா என்று யோசிக்கவில்லை?

வாடிக்கையாளரிடம் பொருளை விற்று 'கொடுத்த பொருள் திரும்ப வாங்கிக்கொள்ளப்பட மாட்டாது' என்று பில்லிலேயே அச்சடித்தோம் அப்போது. இப்போது அதே வாடிக்கையாள ரிடம், 'எங்கள் பொருளை வாங்கிப் பாருங்கள், பிடிக்கவில்லை என்றால் பணம் வாபஸ்' என்று கூவி விளம்பரப்படுத்தவில்லை?

காலம் மாறி வருகிறது. போட்டிகள் பெருகி வருகின்றன. வாடிக்கையாளர்கள் தேறிவிட்டனர். பழைய பஞ்சாங்கங்கள் பலிக்கப்போவதில்லை. பழைய வழிமுறைகள் வழக்கொழிந்து போய்விட்டன. எல்லாம் மாறும்போது, நீங்கள் மட்டும் மாறாமல் இருந்தால் எப்படி? உங்கள் தொழில் செய்யும் விதம் மாறாமல் இருந்தால் எப்படி?

புதிய மார்க்கெட்டிங் முறைகளுக்கு உங்களைத் தயார்ப்படுத்திக் கொள்ளுங்கள். இதற்கு முதல் காரியமாகப் போய் எம்.பி.ஏ படியுங்கள் என்று சொல்ல வரவில்லை. அதைச் செய்தாலும் ஒரு தப்பும் இல்லைதான்.

மார்க்கெட்டிங் என்பது ஒரு ஸ்பெஷலிஸ்ட் சமாசாரம் என்பதை முதலில் தெரிந்துகொண்டால் அதுவே பெரிய புண்ணியம். உங்களுக்கும் உங்கள் தொழிலுக்கும்.

யார் வேண்டுமானாலும் செய்யக்கூடிய விஷயம் அல்ல மார்க்கெட்டிங். உங்களுக்கு அத்தனை மார்க்கெட்டிங் சமத்து போதாது என்றால் நல்ல மார்க்கெட்டிங் விற்பன்னரை வேலைக்கு அமர்த்திக்கொள்ளுங்கள். அப்படி முடியவில்லை என்றால் நல்ல அனுபவம் வாய்ந்த மார்க்கெட்டிங் ஆலோசகரையாவது அருகில் வைத்துக்கொள்ளுங்கள். அவர் சொல்வதைக் காது கொடுத்துக் கேளுங்கள்.

என் பிசினஸ், என் தொழில் என்ற இறுமாப்பில் 'எனக்கு மார்க்கெட்டிங் தெரியும், எனக்கு விளம்பர வித்தை புரியும்' என்று நீங்களே எல்லாவற்றையும் செய்துவிடாதீர்கள்.

நீங்களே ஷேவிங் செய்துகொள்ளலாம். நீங்களே உங்கள் முடியை வெட்டிக்கொள்ள முடியுமா? அப்படி செய்தால் அது எப்படி இருக்கும் என்று யோசித்துப் பாருங்கள்!

சிந்தியுங்கள்!

பரந்து விரிந்த வர்த்தக வாய்ப்புக்கள் நிறைந்த உலகம் இன்று. இதில் வளர வழிகள் ஏராளம். பரந்து விரிய வசதிகள் அநேகம்.

ஆசைதான் பாவத்துக்கெல்லாம் மூல காரணம் என்று சொல் வார்கள். நாம் வாழும் வாழ்க்கைக்கு வேண்டுமானால் அது பொருத்தமாக இருந்துவிட்டுப் போகட்டும். அதற்காக மார்கெட்டர்களாகிய நீங்கள் ஆசைப்படுவதை நிறுத்தித் தொலைக்காதீர்கள். உங்கள் பிஸினஸ் மேன்மேலும் வளர வேண்டும் என்று கண்டமேனிக்குக் கனவு காணுங்கள். உங்கள் ப்ராண்டுகள் பிய்த்துக்கொண்டு பறக்கவேண்டும் என்று காட்டுத் தனமாக ஆசைப்படுங்கள்.

ஒன்றைப் புரிந்துகொள்ளுங்கள். வளர்ச்சி என்பது ஒரு காலத்தில் 'இருந்தால் தேவலை' என்ற அளவில்தான் இருந்தது. ஏதோ ஒரு பிசினஸ் செய்தோம், எப்படியோ கொஞ்சம் பணம் செய்தோம்,

தவறு செய்தாலும் கேட்க நாதியில்லை, தட்டிக் கேட்க யாருமில்லை என்ற நிலைமை இருந்தது. அது மாறிவிட்டது. அந்தக் காலம் மலையேறிவிட்டது.

அப்போது மார்க்கெட் உலகத்தில் போட்டி இல்லை, பொறாமை இல்லை; கூட்டம் இல்லை, கூச்சல் இல்லை. தவறுகள் செய்தாலும் அதன் உக்கிரம் நம்மை ஆட்கொள்ளவில்லை; நம் பிசினஸை அசைக்கவில்லை. ஆனால் இன்று நிலைமை தலைகீழ். கடும் போட்டிகள் நிறைந்த மார்க்கெட் உலகம் இது. உக்கிரம் நிறைந்த சந்தைப் பொருளாதாரம் இது. அசந்தால் அடித்து உலையில் போட ஆவலாகக் காத்துக்கொண்டிருக்கும் போட்டி யாளர்கள் நிறைந்த போர்க்களம் இது. ஒரு சிறிய தவறு செய்தாலும் பிசினஸே தறிகெட்டுத் தலைகுப்புற விழக்கூடிய காலம் இது.

காலையில் எழுந்ததிலிருந்து ஓடவேண்டிய நிர்ப்பந்தம் நிறைந்த மார்க்கெட்டிங் உலகம் இது. ஓடுவது வளர்வதற்கு அல்ல. நம்மைக் குறி பார்த்து அம்பு எய்யும் போட்டியாளர்களிடமிருந்து தப்புவதற்கு!

ஆக, வளர்ச்சி என்பது 'இருந்தால் தேவலை' என்ற நிலை யிலிருந்து 'இல்லையேல் அம்பேல்' என்கிற கட்டாயம் நிறைந்த காலம் இது.

தெரியாமல் செய்யும் தவறுகளுக்கே மன்னிப்பு இல்லை எனும்போது தெரிந்தே செய்யும் தவறுகளுக்கு தூக்குத் தண்டனை தரத் தயாராக இருக்கும் சந்தைப் பொருளாதாரத்தில் நாம் இன்று வாழ்கிறோம். இதை என்றும் நினைவில் வைத்துக்கொள்ளுங்கள். முடிந்தால் எழுதி உங்கள் நெற்றியில் ஒட்டிக்கொள்ளுங்கள்.

புதிய வாய்ப்புகளைத் தேடிச் செல்லுங்கள். அப்படிச் செல்லும் போது தேவையில்லாத அடப்பங்களைத் தள்ளி வையுங்கள். முடிந்தால் கொன்று புதையுங்கள். நோக்கியா என்ற சின்ன கம்பெனி கம்ப்யூட்டர், ஒயர்கள், டீவி ஆகியவற்றோடு மொபைல் போன்களையும் செய்து வந்தது. 1992-ல் அதன் சேர்மன் ஜோர்மா ஒலிலா என்பவர் பார்த்தார். பத்து விஷயங் களைச் செய்தால் கம்பெனிக்கே 'பத்து' செய்ய வேண்டியதுதான் என்று, 'ஒன்றைச் செய்தாலும் அதையே நன்றாய்ச் செய்வோம்' என்று ஒரு பிசினஸை மட்டும் தேர்ந்தெடுத்தார். கம்பெனி

சக்ஸஸானது. அது எந்தப் பொருள் என்று நான் உங்களுக்குச் சொல்லத் தேவையில்லை.

இந்தப் புத்தகத்தில் பார்த்த பஞ்ச மாபாதகங்களை செய்து தொலைக்காதீர்கள். பட்டுக்கொண்ட ப்ராண்டுகளைப் பார்த்துத் திருந்துங்கள். படாமல் பட்டொளி வீசும் ப்ராண்டுகளைப் பார்த்து அவற்றின் சக்சஸ் ஃபார்முலாவைக் கற்றுக் கொள்ளுங்கள். கடைப்பிடியுங்கள். கடைத்தேறுங்கள்.

பிசினஸில் தவறுகள் நடப்பது சகஜம். மார்க்கெட்டிங்கில் தப்புகள் செய்வது தவிர்க்க முடியாததுதான். முடிந்தவரையில் தவறுகளைக் குறைக்க முயலுங்கள். அப்படித் தவறு செய்தே தீரவேண்டும் என்று நேர்த்திக் கடன் இருந்தால் சின்ன சைஸில், ஸ்மால் ரேஞ்சில் தவறு செய்து தொலையுங்கள். இப்புத்தகத்தில் நீங்கள் பார்த்த மார்கெடிங் பஞ்ச மாபாதகங்களைச் செய்து தொலைக்காதீர்கள்.

செய்தால் உங்கள் ப்ராண்ட் படாத இடத்தில் பட்டுக்கொண்டு, பரிதாபமாகப் பாதிக்கப்பட்டு தோற்றுப்போன ப்ராண்டுகளின் வரிசையில் இடம்பிடித்து, இப்புத்தகத்தின் அடுத்த பதிப்பிலேயே கூட இடம் பெறலாம். சந்தைப் போக்கில் சறுக்கிய ‘சன்சில்க்’கைப் போல, பொசிஷனிங்கில் சொதப்பிய ‘மைலோ’வைப் போல, ப்ராண்ட் எக்ஸ்டென்ஷன் என்று உளறிய ‘லக்ஸ் ஷாம்பு’வைப் போல, போட்டியாளரிடம் பேத்தலான ‘மங்கையர் மலர்’ போல, ப்ராண்ட் வளர்ப்பில் வழுக்கிய ‘சபீனா’வைப் போல.

தேவையா அந்தத் தலையெழுத்து உங்களுக்கு!

புதிய மார்க்கெட்டிங்கைச் சிரமேற்கொண்டு தெரிந்து கொள்ளுங்கள். சீரிய முறையில் சிந்தியுங்கள். சிறப்பாகச் செயல்படுங்கள். சீறும் சிறப்புமாக வாழுங்கள்.

சக்சஸ் என்னும் கயல்விழிக் கன்னி காத்திருக்கிறாள் உங்களை ஆரத் தழுவிக்கொள்ள. அந்தரங்கமாகச் சல்லாபிக்க. ஆயுசுக்கும் உறவாட!

காதலிக்கக் காத்திருக்கும் அந்தக் கயல்விழிக் கன்னியின் இருப்பிடம் செல்லுங்கள்; செட்டப் செய்யுங்கள்; செட்டில் ஆகுங்கள். அந்த மாபாதகத்தை மட்டும் மனம்போல் செய்யுங்கள். மனதாரத் தொடருங்கள். என் மனமுவந்த வாழ்த்துகள்!

9

கடைசிப் பக்கம்

இந்தப் புத்தகத்தில் உள்ள என் கருத்துகள் மார்க்கெட்டிங் துறையில் இத்தனை வருடங்கள் குப்பை கொட்டியதில் நான் கண்டவை. விளம்பரத் துறையில் பல காலம் வேலை பார்த்ததில் நான் பார்த்தவை. கடந்த சில காலமாக நிர்வாக ஆலோசனை வழங்கியதில் நான் சேர்த்தவை.

ஆனால் இப்போது நான் எதிர்பார்ப்பது உங்கள் கருத்துகளை.

இந்தப் புத்தகத்தைப் பற்றி என்ன நினைக்கிறீர்கள்? இதில் உள்ள விஷயங்களைப் பற்றிய உங்கள் அபிப்ராயம் என்ன? எதை ஒப்புக்கொள்கிறீர்கள்? ஏன்? எதை நிராகரிக்கிறீர்கள்? எதனால்?

மார்க்கெட்டிங் துறையில் வேறு என்ன புத்தகங்களை எதிர்பார்க்கிறீர்கள்? வேறு எந்தத் தலைப்புகளில் புத்தகங்கள் வந்தால் நன்றாக இருக்கும் என்று நினைக்கிறீர்கள்?

எழுதுங்களேன். என் இமெயில் ஐடி:authorsatheesh@gmail.com

தயங்காமல் எழுதுங்கள். தாராளமாய் எழுதுங்கள். தயவு செய்து எழுதுங்கள்!

அட்வான்ஸ்ட் தேங்க்ஸ்!

இந்த புத்தகம் உங்களுக்கு பிடித்திருந்தால் கீழேயுள்ள என் மற்ற புத்தகங்களும் கூட உங்களுக்குப் பிடிக்கலாம். பயன் தரலாம். அதையும் முடிந்தால் நீங்கள் படிக்கலாம். பலன் பெறலாம்.

நான் பரவசமடையலாம்!

கிழக்கு பதிப்பகத்தின் பிற வெளியீடுகள்

பக்கம்: 136 ISBN: 978-81-8368-103-2

பக்கம்: 136 ISBN: 978-81-8493-361-1

www.ingramcontent.com/pod-product-compliance
Lightning Source LLC
LaVergne TN
LVHW040102080526
838202LV00045B/3747
* 9 7 8 8 1 8 4 9 3 7 6 2 6 *